Winning Strategies for Government Employees: Enhancing Performance through Strategic Management

ప్రభుత్వ ఉద్యోగుల విజయవంతమైన వ్యూహాలు: వ్యూహాత్మక నిర్వహణ ద్వారా పనితీరును పెంచడం

Rajiv Natarajan

Copyright © [2023]

Author: Rajiv Natarajan

Winning Strategies for Government Employees: Enhancing Performance through Strategic Management

All rights reserved. No part of this publication may be reproduced or transmitted in any form or by any means, electronic or mechanical, including photocopying, recording, or any information storage and retrieval system, without prior written permission from the author.

This book is a self-published work by the author Rajiv Natarajan

ISBN:

TABLE OF CONTENTS

Chapter 1: Introduction to Strategic Management in the Public Sector   11

- Defining strategic management and its relevance for government agencies.
- Challenges and opportunities unique to government service.
- Exploring the benefits of strategic management for public employees and citizens.
- Case studies: Successful applications of strategic management in government agencies.

Chapter 2: Understanding Your Agency and its Environment   19

- Internal analysis: Identifying strengths, weaknesses, resources, and capabilities.
- External analysis: Assessing the political, economic, social, and technological landscape.
- Stakeholder analysis: Identifying key stakeholders and their interests.
- Developing a comprehensive SWOT analysis (Strengths, Weaknesses, Opportunities, Threats)

Chapter 3: Setting Strategic Goals and Objectives   29

- Aligning agency goals with national and regional priorities.
- Developing SMART goals (Specific, Measurable, Achievable, Relevant, Time-bound).
- Cascading goals from agency level to individual employee level.
- Performance management systems and aligning goals with rewards.

Chapter 4: Crafting Strategic Plans and Initiatives   37

- Formulating strategic plans based on goals and analysis.
- Identifying and prioritizing key initiatives for implementation.
- Developing action plans with clear responsibilities and timelines.
- Managing risks and uncertainties associated with strategic initiatives.

Chapter 5: Effective Leadership and Communication for Strategic Implementation　　45

- Leading with vision, integrity, and accountability.
- Empowering employees and building a collaborative work environment.
- Effective communication of strategic plans to stakeholders.
- Building public trust and transparency through communication.

Chapter 6: Monitoring, Evaluation, and Continuous Improvement　　54

- Establishing key performance indicators (KPIs) to track progress.
- Regularly monitoring and evaluating the effectiveness of strategies.
- Adapting and adjusting strategies based on feedback and data.
- Building a culture of continuous learning and improvement.

Chapter 7: The Future of Government: Emerging Trends and Challenges 62

- Emerging trends in public administration and their implications for strategic management.
- Challenges posed by technological advancements, social change, and environmental issues.
- Adapting strategic approaches to address future challenges and opportunities.
- Conclusion: Investing in strategic management for a more effective and responsive government.

TABLE OF CONTENTS

అధ్యాయం 1: ప్రభుత్వ రంగంలో వ్యూహాత్మక నిర్వహణ పరిచయం — 11

- వ్యూహాత్మక నిర్వహణను నిర్వచించడం మరియు ప్రభుత్వ సంస్థలకు దాని ప్రాముఖ్యత.
- ప్రభుత్వ సేవకులకు ప్రత్యేకమైన సవాళ్లు మరియు అవకాశాలు.
- ప్రభుత్వ ఉద్యోగులు మరియు పౌరుల కోసం వ్యూహాత్మక నిర్వహణ యొక్క ప్రయోజనాలను పరిశీలించడం.
- కేసు అధ్యయనాలు: ప్రభుత్వ సంస్థలలో వ్యూహాత్మక నిర్వహణ యొక్క విజయవంతమైన అనువర్తనాలు.

అధ్యాయం 2: మీ సంస్థ మరియు దాని పరిసరాలను అర్థం చేసుకోవడం — 19

- అంతర్గత విశ్లేషణ: బలాలు, బలహీనతలు, వనరులు మరియు సామర్ద్యాలను గుర్తించడం.
- బాహ్య విశ్లేషణ: రాజకీయ, ఆర్థిక, సామాజిక మరియు సాంకేతిక దృశ్యాన్ని అంచనా వేయడం.
- వాటాదారుల విశ్లేషణ: ముఖ్యమైన వాటాదారులను మరియు వారి ఆసక్తులను గుర్తించడం.
- సమగ్ర SWOT విశ్లేషణ (బలాలు, బలహీనతలు, అవకాశాలు, బెదిరింపులు)

అధ్యాయం 3: వ్యూహాత్మక లక్ష్యాలు మరియు ఉద్దేశ్యాలను సెట్ చేయడం 29

- జాతీయ మరియు ప్రాంతీయ ప్రాధాన్యతలతో సంస్థ లక్ష్యాలను సమన్వయం చేయడం.
- SMART లక్ష్యాలను అభివృద్ధి చేయడం (నిర్దిష్ట, కొలవగలిగే, సాధించగలిగే, సంబంధిత, సమయబద్ధమైన).
- సంస్థ స్థాయి నుండి వ్యక్తిగత ఉద్యోగి స్థాయికి లక్ష్యాలను కేస్కేడింగ్ చేయడం.
- పనితీరు నిర్వహణ వ్యవస్థలు మరియు బహుమతులతో లక్ష్యాలను సమన్వయం చేయడం.

అధ్యాయం 4: వ్యూహాత్మక ప్రణాళికలు మరియు చొరవలను రూపొందించడం 37

- లక్ష్యాలు మరియు విశ్లేషణ ఆధారంగా వ్యూహాత్మక ప్రణాళికలను రూపొందించడం.
- అమలు కోసం ముఖ్యమైన చొరవలను గుర్తించడం మరియు ప్రాధాన్యత ఇవ్వడం.
- స్పష్టమైన బాధ్యతలు మరియు సమయపట్టికలతో చర్య ప్రణాళికలను రూపొందించడం.
- వ్యూహాత్మక కార్యక్రమాలతో సంబంధిత ప్రమాదాలను మరియు అనిశ్చితతలను నిర్వహించడం.

అధ్యాయం 5: వ్యూహాత్మక అమలు కోసం ప్రభావవంతమైన నాయకత్వం మరియు కమ్యూనికేషన్ 45

- దృష్టి, నిజాయితీ మరియు జవాబుదారీతనంతో నాయకత్వం వహించడం.
- ఉద్యోగులను బలోపేతం చేయడం మరియు సహకార పని వాతావరణాన్ని నిర్మించడం.
- వాటాదారులకు వ్యూహాత్మక ప్రణాళికలను ప్రభావవంతంగా కమ్యూనికేట్ చేయడం.
- కమ్యూనికేషన్ ద్వారా ప్రజా విశ్వాసం మరియు పారదర్శకతను నిర్మించడం.

అధ్యాయం 6: పర్యవేక్షణ, మూల్యాంకనం మరియు నిరంతర పరిపూర్ణత 54

- పురోగతిని ట్రాక్ చేయడానికి ముఖ్యమైన పనితీరు సూచనలను (KPIs) ఏర్పాటు చేయడం.
- వ్యూహాల ప్రభావాలను నిరంతరం పర్యవేక్షించడం మరియు మూల్యాంకనం చేయడం.
- అభిప్రాయం మరియు డేటా ఆధారంగా వ్యూహాలను అనుసరించడం మరియు సర్దుబాటు చేయడం.
- నిరంతర నేర్చుకునే సంస్కృతిని నిర్మించడం.

అధ్యాయం 7: ప్రభుత్వ భవిష్యత్తు: ఉద్భవిస్తున్న ధోరణలు మరియు సవాళ్లు 62

- ప్రజా పరిపాలనలో ఉద్భవిస్తున్న ధోరణలు మరియు వాటి వ్యూహాత్మక నిర్వహణ ప్రభావాలు.
- సాంకేతిక పురోగతి, సామాజిక మార్పు మరియు పర్యావరణ సమస్యల ద్వారా ఎదురయ్యే సవాళ్లు.
- భవిష్యత్తు సవాళ్లు మరియు అవకాశాలను ఎదుర్కోవటానికి వ్యూహాత్మక విధానాలను అనుసరించడం.
- ముగింపు: మరింత ప్రభావవంతమైన మరియు స్పందించే ప్రభుత్వం కోసం వ్యూహాత్మక నిర్వహణలో పెట్టుబడులు.

Chapter 1: Introduction to Strategic Management in the Public Sector

అధ్యాయం 1: ప్రభుత్వ రంగంలో వ్యూహాత్మక నిర్వహణ పరిచయం

వ్యూహాత్మక నిర్వహణను నిర్వచించడం మరియు ప్రభుత్వ సంస్థలకు దాని ప్రాముఖ్యత

వ్యూహాత్మక నిర్వహణ అనేది ఒక సంస్థ లేదా సంస్థ యొక్క లక్ష్యాలను సాధించడానికి దాని వ్యూహాలను అభివృద్ధి చేయడం, అమలు చేయడం మరియు పర్యవేక్షించడం యొక్క ప్రక్రియ. ఇది ఒక సంస్థ యొక్క మొత్తం దిశను నిర్ణయించే ప్రక్రియ, మరియు ఇది సంస్థ యొక్క విజయానికి చాలా ముఖ్యమైనది.

వ్యూహాత్మక నిర్వహణ యొక్క నిర్వచనాలు

వ్యూహాత్మక నిర్వహణ యొక్క అనేక నిర్వచనాలు ఉన్నాయి. ఒక ప్రసిద్ధ నిర్వచనం, మాక్స్ బ్లాక్వెల్ మరియు జాన్ ట్రయంఫ్ యొక్కది, వ్యూహాత్మక నిర్వహణను "ఒక సంస్థ యొక్క లక్ష్యాలను నిర్ణయించడం, అవి ఎలా సాధించబడతాయి అనే దానిపై వ్యూహాలను అభివృద్ధి చేయడం మరియు ఆ వ్యూహాలను అమలు చేయడానికి మరియు పర్యవేక్షించడానికి నిర్ణయాలు తీసుకోవడం" అని నిర్వచిస్తుంది.

మరొక ప్రసిద్ధ నిర్వచనం, ఇ. ఫ్రెడ్ ఫ్లిన్ యొక్కది, వ్యూహాత్మక నిర్వహణను "ఒక సంస్థ యొక్క ప్రస్తుత మరియు భవిష్యత్తు స్థితిని నిర్ణయించడం మరియు దాని లక్ష్యాలను

సాధించడానికి అవసరమైన చర్యలను అభివృద్ధి చేయడం" అని నిర్వచిస్తుంది.

ఈ నిర్వచనాలు ఒకే విషయాన్ని సూచిస్తాయి: వ్యూహాత్మక నిర్వహణ అనేది ఒక సంస్థ యొక్క సుదీర్ఘకాలిక లక్ష్యాలను సాధించడానికి దాని వ్యూహాలను అభివృద్ధి చేయడం, అమలు చేయడం మరియు పర్యవేక్షించడం యొక్క ప్రక్రియ.

ప్రభుత్వ సంస్థలకు వ్యూహాత్మక నిర్వహణ యొక్క ప్రాముఖ్యత

ప్రభుత్వ సంస్థలకు వ్యూహాత్మక నిర్వహణ చాలా ముఖ్యం. ప్రభుత్వ సంస్థలు సామాజిక మౌలిక సదుపాయాలను అందించడం, చట్టాన్ని అమలు చేయడం మరియు ప్రజల జీవితాలను మెరుగుపరచడం వంటి ముఖ్యమైన పనులను నిర్వహిస్తాయి. వీటిని విజయవంతంగా చేయడానికి, ప్రభుత్వ సంస్థలు తమ లక్ష్యాలను స్పష్టంగా అర్థం చేసుకోవాలి మరియు వాటిని సాధించడానికి ప్రణాళికలు వేయాలి.

ప్రభుత్వ సేవకులకు ప్రత్యేకమైన సవాళ్లు మరియు అవకాశాలు

ప్రభుత్వ సేవ అనేది ఒక సమాజంలోని అత్యంత ముఖ్యమైన పనులలో ఒకటి. ప్రభుత్వ సేవకులు ప్రజల జీవితాలను మెరుగుపరచడానికి మరియు సమాజాన్ని మరింత మెరుగైన ప్రదేశంగా మార్చడానికి కృషి చేస్తారు.

ప్రభుత్వ సేవకులకు కొన్ని ప్రత్యేకమైన సవాళ్లు మరియు అవకాశాలు ఉన్నాయి. ఈ సవాళ్లు మరియు అవకాశాలను అర్థం చేసుకోవడం ప్రభుత్వ సేవకులు విజయవంతం కావడానికి ముఖ్యం.

ప్రభుత్వ సేవకులకు కొన్ని ప్రత్యేకమైన సవాళ్లు

- బడ్జెట్ పరిమితులు: ప్రభుత్వ సంస్థలకు సాధారణంగా బడ్జెట్ పరిమితులు ఉంటాయి. ఇది ప్రభుత్వ సేవకులకు తమ లక్ష్యాలను సాధించడానికి కష్టతరం చేస్తుంది.

- రాజకీయ జోక్యం: ప్రభుత్వ సంస్థలలో రాజకీయ జోక్యం సాధారణం. ఇది ప్రభుత్వ సేవకులకు వారి పనిని స్వతంత్రంగా చేయడం కష్టతరం చేస్తుంది.

- సామాజిక ఒత్తిడి: ప్రభుత్వ సంస్థలు సమాజంలోని వివిధ వర్గాల ప్రజల నుండి ఒత్తిడికి గురవుతాయి. ఈ ఒత్తిడి ప్రభుత్వ సేవకులకు వారి పనిని సమర్థవంతంగా చేయడం కష్టతరం చేస్తుంది.

ప్రభుత్వ సేవకులకు కొన్ని ప్రత్యేకమైన అవకాశాలు

- సమాజానికి సేవ చేయడానికి అవకాశం: ప్రభుత్వ సేవ అనేది ప్రజల జీవితాలను మెరుగుపరచడానికి ఒక గొప్ప మార్గం. ప్రభుత్వ సేవకులు తమ పని ద్వారా ప్రపంచాన్ని మెరుగుపరచడానికి ఒక అవకాశాన్ని పొందుతారు.

- సమాజంలో మార్పును తెచ్చే అవకాశం: ప్రభుత్వ సేవకులు సమాజంలో మార్పును తెచ్చే అవకాశాన్ని కలిగి ఉంటారు. వారు తమ పని ద్వారా ప్రజల జీవితాలను మరింత మెరుగుపరచడానికి కృషి చేయవచ్చు.

- సమాజంలో గౌరవప్రదమైన స్థానం: ప్రభుత్వ సేవకులు సమాజంలో గౌరవప్రదమైన స్థానాన్ని కలిగి ఉంటారు. వారు తమ పని ద్వారా ప్రజల జీవితాలను మెరుగుపరుస్తున్నారని తెలుసుకోవడం ఒక గొప్ప భావం.

ప్రభుత్వ ఉద్యోగులు మరియు పౌరుల కోసం వ్యూహాత్మక నిర్వహణ యొక్క ప్రయోజనాలు

వ్యూహాత్మక నిర్వహణ అనేది ఒక సంస్థ యొక్క లక్ష్యాలను సాధించడానికి దాని వ్యూహాలను అభివృద్ధి చేయడం, అమలు చేయడం మరియు పర్యవేక్షించడం యొక్క ప్రక్రియ. ప్రభుత్వ సంస్థలకు వ్యూహాత్మక నిర్వహణ చాలా ముఖ్యం, ఎందుకంటే ఇది ప్రభుత్వ ఉద్యోగులు మరియు పౌరులకు అనేక ప్రయోజనాలను అందిస్తుంది.

ప్రభుత్వ ఉద్యోగుల కోసం వ్యూహాత్మక నిర్వహణ యొక్క ప్రయోజనాలు

- లక్ష్యాల స్పష్టత: వ్యూహాత్మక నిర్వహణ ప్రభుత్వ సంస్థలకు వారి లక్ష్యాలను స్పష్టంగా అర్థం చేసుకోవడానికి సహాయపడుతుంది. ఇది ప్రభుత్వ ఉద్యోగులకు తమ పనిని ఎందుకు చేస్తున్నారో మరియు వారి పని ఎలా ప్రభుత్వానికి మరియు సమాజానికి ప్రయోజనం చేకూరుస్తుందో అర్థం చేసుకోవడంలో సహాయపడుతుంది.

- సమన్వయం: వ్యూహాత్మక నిర్వహణ ప్రభుత్వ సంస్థలలో సమన్వయాన్ని పెంచుతుంది. ఇది వివిధ విభాగాలు మరియు సిబ్బంది కలిసి పనిచేసి ఒకే లక్ష్యాన్ని సాధించడంలో సహాయపడుతుంది.

- సమర్ధవంతత: వ్యూహాత్మక నిర్వహణ ప్రభుత్వ సంస్థలను మరింత సమర్ధవంతంగా చేస్తుంది. ఇది వనరులను మరింత సమర్ధవంతంగా ఉపయోగించడంలో మరియు ఫలితాలను మెరుగుపరచడంలో సహాయపడుతుంది.

పౌరుల కోసం వ్యూహాత్మక నిర్వహణ యొక్క ప్రయోజనాలు

- సేవా నాణ్యత: వ్యూహాత్మక నిర్వహణ ప్రభుత్వ సంస్థలకు వారి సేవా నాణ్యతను మెరుగుపరచడంలో సహాయపడుతుంది. ఇది ప్రభుత్వ ఉద్యోగులకు తమ పనిని మరింత సమర్థవంతంగా మరియు సమర్థవంతంగా చేయడానికి సహాయపడుతుంది.

- సమాచార ప్రాప్యత: వ్యూహాత్మక నిర్వహణ ప్రభుత్వ సంస్థలకు పౌరులకు మరింత సమాచారాన్ని అందుబాటులో ఉంచడంలో సహాయపడుతుంది. ఇది పౌరులకు తమ ప్రభుత్వం ఏమి చేస్తోందో మరింత బాగా అర్థం చేసుకోవడంలో సహాయపడుతుంది.

- ప్రజాస్వామ్యం: వ్యూహాత్మక నిర్వహణ ప్రభుత్వ సంస్థలను మరింత ప్రజాస్వామ్యంగా చేస్తుంది. ఇది ప్రభుత్వానికి పౌరుల అభిప్రాయాలను సేకరించడం మరియు వాటిని పరిగణనలోకి తీసుకోవడం సులభతరం చేస్తుంది.

కేసు అధ్యయనాలు: ప్రభుత్వ సంస్థలలో వ్యూహాత్మక నిర్వహణ యొక్క విజయవంతమైన అనువర్తనాలు

వ్యూహాత్మక నిర్వహణ అనేది ఒక సంస్థ యొక్క లక్ష్యాలను సాధించడానికి దాని వ్యూహాలను అభివృద్ధి చేయడం, అమలు చేయడం మరియు పర్యవేక్షించడం యొక్క ప్రక్రియ. ప్రభుత్వ సంస్థలకు వ్యూహాత్మక నిర్వహణ చాలా ముఖ్యం, ఎందుకంటే ఇది ప్రభుత్వ ఉద్యోగులు మరియు పౌరులకు అనేక ప్రయోజనాలను అందిస్తుంది.

ప్రభుత్వ సంస్థలలో వ్యూహాత్మక నిర్వహణ యొక్క విజయవంతమైన అనువర్తనాలకు కొన్ని ఉదాహరణలు ఇక్కడ ఉన్నాయి:

- భారతీయ విద్యుత్ పరిశ్రమ (భారత్‌హెవ్): భారత్‌హెవ్ అనేది భారతదేశంలోని అతిపెద్ద విద్యుత్ ఉత్పత్తి సంస్థ. 2000లలో, భారత్‌హెవ్ తన వ్యూహాత్మక నిర్వహణ ప్రక్రియను మెరుగుపరచడం ప్రారంభించింది. ఈ మెరుగుదలల ఫలితంగా, భారత్‌హెవ్ తన విద్యుత్ ఉత్పత్తి సామర్థ్యాన్ని పెంచడం, దాని వ్యయాలను తగ్గించడం మరియు దాని లాభాలను పెంచడం సాధించింది.

- యునైటెడ్ స్టేట్స్ సెంటర్స్ ఫర్ డిసీజ్ కంట్రోల్ అండ్ ప్రివెన్షన్ (CDC): CDC అనేది యునైటెడ్ స్టేట్స్‌ని ఆరోగ్య మరియు మానవ సేవల డిపార్ట్‌మెంట్ యొక్క ఒక విభాగం. CDC ప్రపంచ ఆరోగ్య సంస్థతో సహ ఇతర ప్రభుత్వ సంస్థలతో కలిసి పనిచేస్తుంది. ఈ సహకారం ద్వారా, CDC ప్రపంచవ్యాప్తంగా పరిశుభ్రత మరియు ఆరోగ్యాన్ని మెరుగుపరచడానికి సహాయపడుతుంది.

- ఆంధ్రప్రదేశ్ స్టేట్ టెక్నికల్ ఎడ్యుకేషన్ మరియు ట్రైనింగ్ చాంబర్ (APSET): APSET అనేది ఆంధ్రప్రదేశ్ ప్రభుత్వానికి చెందిన ఒక సంస్థ. APSET రాష్ట్రంలోని పాఠశాలలు, కళాశాలలు మరియు ఇతర విద్యా సంస్థలకు శిక్షణ మరియు సహాయం అందిస్తుంది. APSET తన వ్యూహాత్మక నిర్వహణ ప్రక్రియను మెరుగుపరచడం ద్వారా, రాష్ట్రంలోని విద్యా నాణ్యతను మెరుగుపరచడానికి సహాయపడింది.

ఈ కేసు అధ్యయనాలు చూపించే విధంగా, వ్యూహాత్మక నిర్వహణ ప్రభుత్వ సంస్థలకు అనేక ప్రయోజనాలను అందిస్తుంది. ఇది లక్ష్యాల స్పష్టతను మెరుగుపరుస్తుంది, సమన్వయాన్ని పెంచుతుంది, సమర్థవంతతను పెంచుతుంది మరియు సేవా నాణ్యతను మెరుగుపరుస్తుంది

Chapter 2: Understanding Your Agency and its Environment

అధ్యాయం 2: మీ సంస్థ మరియు దాని పరిసరాలను అర్థం చేసుకోవడం

అంతర్గత విశ్లేషణ: బలాలు, బలహీనతలు, వనరులు మరియు సామర్థ్యాలను గుర్తించడం

వ్యూహాత్మక నిర్వహణలో ఒక ముఖ్యమైన దశ అంతర్గత విశ్లేషణ. అంతర్గత విశ్లేషణ అనేది ఒక సంస్థ యొక్క బలాలు, బలహీనతలు, వనరులు మరియు సామర్థ్యాలను గుర్తించే ప్రక్రియ. ఈ సమాచారం సంస్థ యొక్క బలమైన మరియు బలహీనమైన స్థానాలను అర్థం చేసుకోవడానికి మరియు మరింత సమర్థవంతంగా వ్యూహాలను అభివృద్ధి చేయడానికి సహాయపడుతుంది.

అంతర్గత విశ్లేషణలో భాగంగా, సంస్థలు తమను తాము క్రింది అంశాలపై పరిశీలించాలి:

- బలాలు: సంస్థకు ఉన్న ఏవైనా ప్రయోజనాలు లేదా అనువర్తనాలు బలాలు. ఉదాహరణలు: బ్రాండ్ పేరు, నైపుణ్యం, స్థానం, మౌలిక సదుపాయాలు, పరిశోధన మరియు అభివృద్ధి, లేదా లోతైన మార్కెట్ అవగాహన.

- బలహీనతలు: సంస్థకు ఉన్న ఏవైనా లోపాలు లేదా లోపాలు బలహీనతలు. ఉదాహరణలు: పోటీ, చెల్లించలేని మట్టి, పేద నిర్వహణ, లేదా పరిమిత వనరులు.

- వనరులు: సంస్థకు ఉన్న ఏవైనా భౌతిక, మానవ లేదా ఆర్ధిక ఆస్తులు వనరులు. ఉదాహరణలు: డబ్బు, మానవ వనరులు, సాంకేతికత, సమాచారం, లేదా భౌగోళిక స్థానం.

- సామర్ధ్యాలు: సంస్థకు ఉన్న ఏవైనా నైపుణ్యాలు లేదా సామర్ధ్యాలు
సామర్ధ్యాలు. ఉదాహరణలు: ఉత్పత్తి, మార్కెటింగ్, ఆపరేషన్స్, లేదా సేవా.

అంతర్గత విశ్లేషణను నిర్వహించడానికి అనేక మార్గాలు ఉన్నాయి. సంస్థలు ఒక ఫార్మాలిజెడ్ సర్వేని ఉపయోగించవచ్చు, లేదా అవి సమావేశాలు లేదా ఇతర పరస్పర చర్యల ద్వారా సమాచారాన్ని సేకరించవచ్చు.

అంతర్గత విశ్లేషణ యొక్క ఉపయోగాలు:

- బలమైన మరియు బలహీనమైన స్థానాలను అర్ధం చేసుకోవడానికి ఇది సహాయపడుతుంది.
- వ్యూహాలను అభివృద్ధి చేయడానికి మరియు అమలు చేయడానికి ఇది సహాయపడుతుంది.
- సంస్థ యొక్క ప్రతిస్పందనను మెరుగుపరచడానికి ఇది సహాయపడుతుంది.

అంతర్గత విశ్లేషణ అనేది వ్యూహాత్మక నిర్వహణలో ఒక ముఖ్యమైన దశ.

- ఉత్పత్తులు మరియు సేవలు
- మార్కెటింగ్ మరియు అమ్మకాలు
- పరిశోధన మరియు అభివృద్ధి

- ఉత్పత్తి మరియు సేవల పనితీరు
- ఆర్థిక స్థితి
- నిర్వహణ మరియు నిర్వహణ
- పనివారు మరియు సంస్కృతి

సంస్థ యొక్క ఈ అంశాలను పరిగణనలోకి తీసుకోవడం ద్వారా, సంస్థ దాని బలాలు మరియు బలహీనతలను గుర్తించగలదు. ఈ సమాచారాన్ని ఉపయోగించి, సంస్థ దాని లక్ష్యాలను సాధించడానికి అత్యంత ప్రభావవంతమైన వ్యూహాలను అభివృద్ధి చేయవచ్చు.

ఉదాహరణకు, ఒక సంస్థ దాని ఉత్పత్తుల మరియు సేవల యొక్క అధిక నాణ్యతను దాని బలంగా గుర్తించవచ్చు. అయితే, దాని మార్కెటింగ్ మరియు అమ్మకాల వ్యూహాలను మెరుగుపరచడానికి అవసరం ఉందని కూడా దాని గుర్తించవచ్చు. ఈ సమాచారాన్ని ఉపయోగించి, సంస్థ దాని ఉత్పత్తుల మరియు సేవలను ప్రచారం చేయడానికి మరియు అమ్మడానికి మరింత ప్రభావవంతమైన మార్గాలను అభివృద్ధి చేయవచ్చు.

అంతర్గత విశ్లేషణ అనేది ఒక సంస్థ యొక్క విజయానికి ఒక ముఖ్యమైన అంశం. ఈ విశ్లేషణ ద్వారా, సంస్థ దాని బలాలు మరియు బలహీనతలను గుర్తించగలదు మరియు దాని లక్ష్యాలను సాధించడానికి అత్యంత ప్రభావవంతమైన వ్యూహాలను అభివృద్ధి చేయగలదు.

బాహ్య విశ్లేషణ: రాజకీయ, ఆర్థిక, సామాజిక మరియు సాంకేతిక దృశ్యాన్ని అంచనా వేయడం

వ్యూహాత్మక నిర్వహణలో ఒక ముఖ్యమైన దశ బాహ్య విశ్లేషణ. బాహ్య విశ్లేషణ అనేది ఒక సంస్థ యొక్క పర్యావరణాన్ని అర్థం చేసుకోవడానికి మరియు దాని వ్యూహాలను అభివృద్ధి చేయడానికి ఉపయోగించే ప్రక్రియ.

బాహ్య విశ్లేషణలో భాగంగా, సంస్థలు తమను తాము క్రింది అంశాలపై పరిశీలించాలి:

- రాజకీయ దృశ్యం: సంస్థ పనిచేస్తున్న ప్రభుత్వం మరియు దాని చట్టాలు మరియు నిబంధనలను అర్థం చేసుకోవడం ముఖ్యం.

- ఆర్థిక దృశ్యం: సంస్థ పనిచేస్తున్న ఆర్థిక వాతావరణాన్ని అర్థం చేసుకోవడం ముఖ్యం, ఇది దాని వ్యూహాలపై ప్రభావం చూపుతుంది.

- సామాజిక దృశ్యం: సంస్థ పనిచేస్తున్న సామాజిక వాతావరణాన్ని అర్థం చేసుకోవడం ముఖ్యం, ఇది దాని ఉత్పత్తులు లేదా సేవలకు అవసరమైన అవసరాలు మరియు ప్రాధాన్యతలను ప్రభావితం చేస్తుంది.

- సాంకేతిక దృశ్యం: సంస్థ పనిచేస్తున్న సాంకేతిక వాతావరణాన్ని అర్థం చేసుకోవడం ముఖ్యం, ఇది దాని పోటీతత్వాన్ని ప్రభావితం చేస్తుంది.

బాహ్య విశ్లేషణను నిర్వహించడానికి అనేక మార్గాలు ఉన్నాయి. సంస్థలు ఫోర్స్ ఫీల్డ్ అనలిసిస్, పోస్టర్ ఐడెంటిఫికేషన్ అనలిసిస్ లేదా కస్టమర్ జర్నల్స్ వంటి వివిధ పద్ధతులను ఉపయోగించవచ్చు.

బాహ్య విశ్లేషణ యొక్క ఉపయోగాలు:

- సంస్థ యొక్క అవకాశాలు మరియు సవాళ్లను అర్థం చేసుకోవడానికి ఇది సహాయపడుతుంది.
- వ్యూహాలను అభివృద్ధి చేయడానికి మరియు అమలు చేయడానికి ఇది సహాయపడుతుంది.
- సంస్థ యొక్క సాధనాన్ని మెరుగుపరచడానికి ఇది సహాయపడుతుంది.

బాహ్య విశ్లేషణ అనేది వ్యూహాత్మక నిర్వహణలో ఒక ముఖ్యమైన దశ. ఇది సంస్థలకు తమ పర్యావరణాన్ని అర్థం చేసుకోవడానికి మరియు మరింత సమర్థవంతమైన వ్యూహాలను అభివృద్ధి చేయడానికి సహాయపడుతుంది.

వాటాదారుల విశ్లేషణ: ముఖ్యమైన వాటాదారులను మరియు వారి ఆసక్తులను గుర్తించడం

వ్యూహాత్మక నిర్వహణలో ఒక ముఖ్యమైన దశ వాటాదారుల విశ్లేషణ. వాటాదారుల విశ్లేషణ అనేది ఒక సంస్థ యొక్క విజయానికి దోహదపడే అన్ని వ్యక్తులు మరియు సంస్థలను గుర్తించే ప్రక్రియ.

వాటాదారుల విశ్లేషణలో భాగంగా, సంస్థలు తమను తాము క్రింది అంశాలపై పరిశీలించాలి:

- వాటాదారుల రకాలు: వాటాదారులు వివిధ రకాలుగా ఉంటారు, వీటిలో:

    - నియంత్రణ వాటాదారులు: ఈ వ్యక్తులు లేదా సంస్థలు సంస్థను నియంత్రిస్తాయి, ఉదాహరణకు, స్టాక్ హోల్డర్లు లేదా ట్రస్టీలు.

    - లాభపరమైన వాటాదారులు: ఈ వ్యక్తులు లేదా సంస్థలు సంస్థ నుండి లాభాలను ఆశిస్తాయి, ఉదాహరణకు, ఉద్యోగులు లేదా కస్టమర్లు.

    - నియంత్రణేతర వాటాదారులు: ఈ వ్యక్తులు లేదా సంస్థలు సంస్థపై ప్రభావాన్ని చూపుతాయి, కానీ వాటిని నియంత్రించవు, ఉదాహరణకు, సామాజిక సంస్థలు లేదా ప్రభుత్వం.

- వాటాదారుల ప్రాముఖ్యత: వాటాదారుల ప్రాముఖ్యతను నిర్ణయించడానికి, సంస్థలు వారి ఆసక్తులు, వారి శక్తి మరియు వారి ప్రతిస్పందన సామర్థ్యాన్ని పరిగణించాలి.

- వాటాదారుల ఆసక్తులు: వాటాదారుల ఆసక్తులను అర్థం చేసుకోవడం ముఖ్యం, ఎందుకంటే ఇది సంస్థ తన వ్యూహాలను అభివృద్ధి చేయడానికి సహాయపడుతుంది.

వాటాదారుల విశ్లేషణను నిర్వహించడానికి అనేక మార్గాలు ఉన్నాయి. సంస్థలు సర్వేలు, ఇంటర్వ్యూలు లేదా గ్రూప్ డిస్కషన్ల వంటి వివిధ పద్ధతులను ఉపయోగించవచ్చు.

వాటాదారుల విశ్లేషణ యొక్క ఉపయోగాలు:

- ముఖ్యమైన వాటాదారులను గుర్తించడానికి ఇది సహాయపడుతుంది.
- వాటాదారుల ఆసక్తులను అర్థం చేసుకోవడానికి ఇది సహాయపడుతుంది.
- వ్యూహాలను అభివృద్ధి చేయడానికి మరియు అమలు చేయడానికి ఇది సహాయపడుతుంది.

వాటాదారుల విశ్లేషణ అనేది వ్యూహాత్మక నిర్వహణలో ఒక ముఖ్యమైన దశ. ఇది సంస్థలకు తమ వాటాదారులను అర్థం చేసుకోవడానికి మరియు వారి అవసరాలను తీర్చడానికి సహాయపడుతుంది.

సమగ్ర SWOT విశ్లేషణ (బలాలు, బలహీనతలు, అవకాశాలు, బెదిరింపులు)

సమగ్ర SWOT విశ్లేషణ అనేది ఒక సంస్థ యొక్క బలాలు, బలహీనతలు, అవకాశాలు మరియు బెదిరింపులను అంచనా వేసే ప్రక్రియ. ఈ విశ్లేషణ సంస్థకు దాని వ్యూహాలను అభివృద్ధి చేయడానికి మరియు దాని లక్ష్యాలను సాధించడానికి సహాయపడుతుంది.

బలాలు: బలాలు అనేవి సంస్థకు సానుకూలంగా ప్రభావం చూపే అంశాలు. వీటిలో సంస్థ యొక్క ఉత్పత్తులు లేదా సేవలు, దాని మార్కెటింగ్ సామర్థ్యం, దాని ఆర్థిక స్థితి లేదా దాని నిర్వహణ బృందం వంటి అంశాలు ఉంటాయి.

బలహీనతలు: బలహీనతలు అనేవి సంస్థకు ప్రతికూలంగా ప్రభావం చూపే అంశాలు. వీటిలో సంస్థ యొక్క ఉత్పత్తుల లేదా సేవల యొక్క నాణ్యత, దాని పోటీ స్థితి, దాని ఆర్థిక స్థితి లేదా దాని నిర్వహణ బృందం వంటి అంశాలు ఉంటాయి.

అవకాశాలు: అవకాశాలు అనేవి సంస్థకు సానుకూలంగా మారే సామర్థ్యం ఉన్న అంశాలు. వీటిలో కొత్త మార్కెట్లలోకి ప్రవేశించడం, కొత్త ఉత్పత్తుల లేదా సేవలను అభివృద్ధి చేయడం లేదా కొత్త సాంకేతికతలను ఉపయోగించడం వంటి అంశాలు ఉంటాయి.

బెదిరింపులు: బెదిరింపులు అనేవి సంస్థకు ప్రతికూలంగా మారే సామర్థ్యం ఉన్న అంశాలు. వీటిలో కొత్త పోటీ వచ్చేలా ఉండటం, కొత్త చట్టాలు లేదా నిబంధనలు, ఆర్థిక మాంద్యం లేదా యుద్ధం వంటి అంశాలు ఉంటాయి.

సమగ్ర SWOT విశ్లేషణను నిర్వహించడానికి అనేక మార్గాలు ఉన్నాయి. సంస్థలు సర్వేలు, ఇంటర్వ్యూలు లేదా గ్రూప్ డిస్కషన్ల వంటి వివిధ పద్ధతులను ఉపయోగించవచ్చు.

సమగ్ర SWOT విశ్లేషణ యొక్క ఉపయోగాలు:

- సంస్థ యొక్క బలాలు మరియు బలహీనతలను అర్థం చేసుకోవడానికి ఇది సహాయపడుతుంది.
- సంస్థకు అందుబాటులో ఉన్న అవకాశాలు మరియు బెదిరింపులను అర్థం చేసుకోవడానికి ఇది సహాయపడుతుంది.
- సంస్థకు సరైన వ్యూహాలను అభివృద్ధి చేయడానికి ఇది సహాయపడుతుంది.

అంతర్గత పరిస్థితులను అంచనా వేయడానికి, సంస్థ యొక్క వివిధ అంశాలను పరిగణనలోకి తీసుకోవాలి. ఈ అంశాలలో కొన్ని:

- ఉత్పత్తులు మరియు సేవలు
- మార్కెటింగ్ మరియు అమ్మకాలు
- పరిశోధన మరియు అభివృద్ధి
- ఉత్పత్తి మరియు సేవల పనితీరు
- ఆర్థిక స్థితి
- నిర్వహణ మరియు నిర్వహణ
- పనివారు మరియు సంస్కృతి

బాహ్య పరిస్థితులను అంచనా వేయడానికి, సంస్థ దాని పరిశ్రమ మరియు సమాజంలోని ముఖ్యమైన పరిణామాలను పరిగణనలోకి తీసుకోవాలి. ఈ పరిణామాలలో కొన్ని:

- సాంకేతిక మార్పులు
- ఆర్థిక పరిస్థితి
- రాజకీయ పరిస్థితులు
- సామాజిక మార్పులు
- పర్యావరణ పరిస్థితులు

సమగ్ర SWOT విశ్లేషణను నిర్వహించడానికి, సంస్థ ఒక సమగ్ర సమీక్షను నిర్వహించాలి. ఈ సమీక్షలో, సంస్థ దాని అంతర్గత మరియు బాహ్య పరిస్థితులను పరిగణనలోకి తీసుకోవాలి మరియు దాని బలాలు, బలహీనతలు, అవకాశాలు మరియు బెదిరింపులను గుర్తించాలి. ఈ సమాచారాన్ని ఉపయోగించి, సంస్థ దాని లక్ష్యాలను సాధించడానికి అత్యంత ప్రభావవంతమైన వ్యూహాలను అభివృద్ధి చేయవచ్చు.

Chapter 3: Setting Strategic Goals and Objectives
అధ్యాయం 3: వ్యూహాత్మక లక్ష్యాలు మరియు ఉద్దేశ్యాలను సెట్ చేయడం

జాతీయ మరియు ప్రాంతీయ ప్రాధాన్యతలతో సంస్థ లక్ష్యాలను సమన్వయం చేయడం

జాతీయ మరియు ప్రాంతీయ ప్రాధాన్యతలతో సంస్థ లక్ష్యాలను సమన్వయం చేయడం అనేది ఒక సంస్థ యొక్క విజయానికి ముఖ్యమైన అంశం. ఇది సంస్థకు దాని పర్యావరణంలో స్థిరంగా ఉండటానికి మరియు దాని లక్ష్యాలను సాధించడానికి సహాయపడుతుంది.

జాతీయ మరియు ప్రాంతీయ ప్రాధాన్యతలు అనేవి ప్రభుత్వం లేదా ఇతర సంస్థలచే నిర్వచించబడిన లక్ష్యాలు లేదా లక్ష్యాలు. అవి సాధారణంగా సమాజం లేదా ఆర్థిక వ్యవస్థ యొక్క మెరుగుదలకు సంబంధించినవి.

సంస్థ లక్ష్యాలు అనేవి సంస్థ సాధించాలనుకునే లక్ష్యాలు. అవి సాధారణంగా ఆర్థిక, సామాజిక లేదా పర్యావరణపరమైనవి.

జాతీయ మరియు ప్రాంతీయ ప్రాధాన్యతలతో సంస్థ లక్ష్యాలను సమన్వయం చేయడానికి, సంస్థలు క్రింది దశలను అనుసరించవచ్చు:

1. జాతీయ మరియు ప్రాంతీయ ప్రాధాన్యతలను అర్థం చేసుకోండి. సంస్థలు ప్రభుత్వ వెబ్‌సైట్లు, నివేదికలు మరియు ఇతర వనరులను ఉపయోగించి ఈ ప్రాధాన్యతలను అర్థం చేసుకోవచ్చు.

2. సంస్థ లక్ష్యాలను పరిశీలించండి. సంస్థలు తమ లక్ష్యాలు జాతీయ మరియు ప్రాంతీయ ప్రాధాన్యతలతో ఎలా సరిపోతాయి అనే దానిని నిర్ణయించాలి.

3. అవసరమైన మార్పులు చేయండి. సంస్థలు తమ లక్ష్యాలను జాతీయ మరియు ప్రాంతీయ ప్రాధాన్యతలకు అనుగుణంగా ఉండేలా మార్చాలి.

జాతీయ మరియు ప్రాంతీయ ప్రాధాన్యతలతో సంస్థ లక్ష్యాలను సమన్వయం చేయడానికి కొన్ని ఉదాహరణలు:

- ఒక సంస్థ దేశంలో ఉద్యోగాలను సృష్టించడానికి కట్టుబడి ఉంటే, అది దాని ఉత్పత్తులు లేదా సేవలను ఎగుమతి చేయడం లేదా కొత్త మార్కెట్లలోకి ప్రవేశించడం వంటి పనులను చేయవచ్చు.

- ఒక సంస్థ పర్యావరణాన్ని కాపాడటానికి కట్టుబడి ఉంటే, అది తన ఉత్పత్తులు లేదా సేవలను మరింత స్థిరంగా చేయడం లేదా తన పని ప్రక్రియలను మరింత పర్యావరణ అనుకూలంగా చేయడం వంటి పనులను చేయవచ్చు.

జాతీయ మరియు ప్రాంతీయ ప్రాధాన్యతలతో సంస్థ లక్ష్యాలను సమన్వయం చేయడం అనేది ఒక సవాలుగా ఉంటుంది, కానీ ఇది సంస్థలకు దీర్ఘకాలిక విజయానికి దారితీస్తుంది.

SMART లక్ష్యాలను అభివృద్ధి చేయడం (నిర్దిష్ట, కొలవగలిగే, సాధించగలిగే, సంబంధిత, సమయబద్ధమైన)

SMART లక్ష్యాలు అనేవి నిర్దిష్టమైన, కొలవగలిగే, సాధించగలిగే, సంబంధితమైన మరియు సమయబద్ధమైన లక్ష్యాలు. ఈ రకమైన లక్ష్యాలు సంస్థలకు వారి లక్ష్యాలను సాధించడానికి మరింత సమర్ధవంతంగా సహాయపడతాయి.

నిర్దిష్టం

SMART లక్ష్యాలు నిర్దిష్టంగా ఉండాలి. అవి స్పష్టంగా మరియు సంక్షిప్తంగా ఉండాలి. ఉదాహరణకు, "మీరు మీ వ్యాపారాన్ని విస్తరించాలనుకుంటున్నారని" అనేది SMART లక్ష్యం కాదు. "మీరు మీ వ్యాపారాన్ని 2023 నాటికి 10% విస్తరించాలనుకుంటున్నారు" అనేది SMART లక్ష్యం.

కొలవగలిగే

SMART లక్ష్యాలు కొలవగలిగేవిగా ఉండాలి. మీరు మీ లక్ష్యాలను సాధించారో లేదో మీరు ఎలా కొలవగలరు? ఉదాహరణకు, "మీరు మీ వ్యాపారాన్ని విస్తరించాలనుకుంటున్నారు" అనేది SMART లక్ష్యం కాదు. "మీరు మీ వ్యాపారాన్ని 2023 నాటికి 10% విస్తరించాలనుకుంటున్నారు" అనేది SMART లక్ష్యం.

సాధించగలిగే

SMART లక్ష్యాలు సాధించగలిగేవిగా ఉండాలి. మీరు మీ లక్ష్యాలను సాధించడానికి అవసరమైన వనరులు మరియు సామర్థ్యాలను మీరు కలిగి ఉన్నారా? ఉదాహరణకు, "మీరు మీ

వ్యాపారాన్ని 2023 నాటికి 100% విస్తరించాలనుకుంటున్నారు" అనేది SMART లక్ష్యం కాదు. "మీరు మీ వ్యాపారాన్ని 2023 నాటికి 10% విస్తరించాలనుకుంటున్నారు" అనేది SMART లక్ష్యం.

సంబంధితం

SMART లక్ష్యాలు సంబంధితంగా ఉండాలి. అవి మీ సంస్థ యొక్క మొత్తం లక్ష్యాలకు అనుగుణంగా ఉండాలి. ఉదాహరణకు, "మీరు మీ వ్యాపారాన్ని విస్తరించాలనుకుంటున్నారు" అనేది SMART లక్ష్యం కాదు. "మీరు మీ వ్యాపారాన్ని 2023 నాటికి 10% విస్తరించాలనుకుంటున్నారు" అనేది SMART లక్ష్యం.

సమయబద్ధమైన

SMART లక్ష్యాలు సమయబద్ధంగా ఉండాలి. మీరు మీ లక్ష్యాలను ఎప్పుడు సాధించాలనుకుంటున్నారు? ఉదాహరణకు, "మీరు మీ వ్యాపారాన్ని విస్తరించాలనుకుంటున్నారు" అనేది SMART లక్ష్యం కాదు. "మీరు మీ వ్యాపారాన్ని 2023 నాటికి 10% విస్తరించాలనుకుంటున్నారు" అనేది SMART లక్ష్యం.

సంస్థ స్థాయి నుండి వ్యక్తిగత ఉద్యోగి స్థాయికి లక్ష్యాలను కేస్కేడింగ్ చేయడం

సంస్థ స్థాయి నుండి వ్యక్తిగత ఉద్యోగి స్థాయికి లక్ష్యాలను కేస్కేడింగ్ చేయడం అనేది సంస్థ యొక్క మొత్తం లక్ష్యాలను అన్ని స్థాయిల ఉద్యోగులకు అనుసంధానించే ప్రక్రియ. ఈ ప్రక్రియ ద్వారా, ప్రతి ఉద్యోగికి తమ పని ఎలా సంస్థ యొక్క మొత్తం విజయానికి దోహదపడుతుందో అర్థం అవుతుంది.

లక్ష్యాలను కేస్కేడింగ్ చేయడం యొక్క ప్రయోజనాలు:

- ఇది సంస్థ యొక్క మొత్తం లక్ష్యాలను అన్ని స్థాయిల ఉద్యోగులకు అర్థం చేసుకోవడానికి సహాయపడుతుంది.
- ఇది ఉద్యోగులకు తమ పని ఎలా సంస్థ యొక్క విజయానికి దోహదపడుతుందో అర్థం చేసుకోవడానికి సహాయపడుతుంది.
- ఇది ఉద్యోగులకు తమ పనిలో స్పష్టమైన మార్గదర్శకత్వాన్ని అందిస్తుంది.
- ఇది ఉద్యోగులకు తమ పనిలో సాధించగలిగే లక్ష్యాలను అందిస్తుంది.

లక్ష్యాలను కేస్కేడింగ్ చేయడానికి దశలు:

1. సంస్థ స్థాయి లక్ష్యాలను నిర్వచించండి. సంస్థ యొక్క మొత్తం లక్ష్యాలను స్పష్టంగా మరియు సంక్షిప్తంగా వ్రాయండి. ఈ లక్ష్యాలు SMART లక్ష్యాల ప్రమాణాలను తీర్చాలి.

2. వ్యాపార యూనిట్ లక్ష్యాలను అభివృద్ధి చేయండి. సంస్థ స్థాయి లక్ష్యాలను వ్యాపార యూనిట్ల లక్ష్యాలకు అనుగుణంగా ఉండేలా అనువదించండి.

3. విభాగ లక్ష్యాలను అభివృద్ధి చేయండి. వ్యాపార యూనిట్ లక్ష్యాలను విభాగాల లక్ష్యాలకు అనుగుణంగా ఉండేలా అనువదించండి.

4. ఉద్యోగి లక్ష్యాలను అభివృద్ధి చేయండి. విభాగాల లక్ష్యాలను ఉద్యోగి లక్ష్యాలకు అనుగుణంగా ఉండేలా అనువదించండి.

ఉద్యోగి లక్ష్యాలను అభివృద్ధి చేసేటప్పుడు, కింది అంశాలను పరిగణించండి:

- ఉద్యోగి యొక్క నైపుణ్యాలు మరియు అనుభవం
- ఉద్యోగి యొక్క భవిష్యత్తు లక్ష్యాలు
- ఉద్యోగి యొక్క విభాగం లేదా వ్యాపార యూనిట్ యొక్క లక్ష్యాలు

లక్ష్యాలను కేస్కేడింగ్ చేయడం అనేది ఒక సవాలుగా ఉంటుంది, కానీ ఇది సంస్థలకు వారి లక్ష్యాలను సాధించడంలో సహాయపడుతుంది.

పనితీరు నిర్వహణ వ్యవస్థలు మరియు బహుమతులతో లక్ష్యాలను సమన్వయం చేయడం

పనితీరు నిర్వహణ వ్యవస్థలు మరియు బహుమతులు అనేవి ఉద్యోగుల పనితీరును పర్యవేక్షించడానికి మరియు ప్రోత్సహించడానికి ఉపయోగించే రెండు ముఖ్యమైన సాధనాలు. ఈ రెండు సాధనాలను సమన్వయం చేయడం ద్వారా, సంస్థలు ఉద్యోగులను వారి లక్ష్యాలను సాధించడానికి ప్రోత్సహించడానికి మరియు సంస్థ యొక్క మొత్తం విజయానికి దోహదపడే పనితీరును పొందడానికి సహాయపడతాయి.

పనితీరు నిర్వహణ వ్యవస్థలతో లక్ష్యాలను సమన్వయం చేయడానికి కొన్ని మార్గాలు:

- లక్ష్యాలను పనితీరు నిర్వహణ ప్రక్రియలో స్పష్టంగా నిర్వచించండి. లక్ష్యాలు SMART లక్ష్యాల ప్రమాణాలను తీర్చాలి మరియు ఉద్యోగులు వాటిని అర్థం చేసుకోగలగాలి.

- లక్ష్యాలను పనితీరు నిర్వహణ ప్రక్రియలో మార్గదర్శకంగా ఉపయోగించండి. ఉద్యోగులు వారి లక్ష్యాలను సాధించడానికి చేస్తున్న పురోగతిని ట్రాక్ చేయడానికి పనితీరు నిర్వహణ వ్యవస్థలను ఉపయోగించాలి.

- లక్ష్యాలను పనితీరు నిర్వహణ ప్రక్రియలో ప్రతిఫలితం ఇవ్వండి. ఉద్యోగులు తమ లక్ష్యాలను సాధించినప్పుడు, వారిని ప్రతిఫలించడానికి పనితీరు నిర్వహణ వ్యవస్థలను ఉపయోగించాలి.

బహుమతులతో లక్ష్యాలను సమన్వయం చేయడానికి కొన్ని మార్గాలు:

- లక్ష్యాలను బహుమతుల ప్రక్రియలో స్పష్టంగా నిర్వచించండి. లక్ష్యాలు ఉద్యోగులకు ముఖ్యమైనవి అయితే, అవి బహుమతాల ప్రక్రియలో అంతర్భాగంగా ఉండాలి.

- లక్ష్యాలను బహుమతుల ప్రక్రియలో ప్రోత్సహించండి. ఉద్యోగులు వారి లక్ష్యాలను సాధించడానికి ప్రోత్సహించడానికి, బహుమతాలను ఉపయోగించాలి.

- లక్ష్యాలను బహుమతుల ప్రక్రియలో పరీక్షించండి. బహుమతాలు ఉద్యోగులను వారి లక్ష్యాలను సాధించడానికి ప్రోత్సహిస్తున్నాయో లేదో పరీక్షించడానికి బహుమతాల ప్రక్రియను ఉపయోగించాలి.

పనితీరు నిర్వహణ వ్యవస్థలు మరియు బహుమతులతో లక్ష్యాలను సమన్వయం చేయడం అనేది ఒక సవాలుగా ఉంటుంది, కానీ ఇది సంస్థలకు వారి లక్ష్యాలను సాధించడంలో సహాయపడుతుంది.

Chapter 4: Crafting Strategic Plans and Initiatives
అధ్యాయం 4: వ్యూహాత్మక ప్రణాళికలు మరియు చొరవలను రూపొందించడం

లక్ష్యాలు మరియు విశ్లేషణ ఆధారంగా వ్యూహాత్మక ప్రణాళికలను రూపొందించడం

వ్యూహాత్మక ప్రణాళిక అనేది సంస్థ యొక్క భవిష్యత్తును నిర్దేశించే ఒక డైరెక్షన్ మ్యాప్. ఇది సంస్థ యొక్క లక్ష్యాలను సాధించడానికి ఎలా చేయాలో వివరిస్తుంది.

వ్యూహాత్మక ప్రణాళికను రూపొందించడానికి, సంస్థలు మొదట వారి లక్ష్యాలను స్పష్టంగా నిర్వచించాలి. ఈ లక్ష్యాలు SMART లక్ష్యాల ప్రమాణాలను తీర్చాలి, అంటే అవి నిర్దిష్టమైనవి, కొలవగలిగేవి, సాధించగలిగేవి, సంబంధితమైనవి మరియు సమయబద్ధమైనవి.

లక్ష్యాలను నిర్వచించిన తర్వాత, సంస్థలు వారి పర్యావరణాన్ని విశ్లేషించాలి. ఈ విశ్లేషణ పరిస్థితులను అర్థం చేసుకోవడానికి మరియు సంస్థ యొక్క లక్ష్యాలను సాధించడానికి ఏ పద్ధతులు ఉత్తమమైనవి అని నిర్ణయించడానికి సహాయపడుతుంది.

లక్ష్యాలు మరియు విశ్లేషణ ఆధారంగా, సంస్థలు వారి వ్యూహాత్మక ప్రణాళికను రూపొందించడం ప్రారంభించవచ్చు. ఈ ప్రణాళికలో కింది అంశాలు ఉండాలి:

- సంస్థ యొక్క సాధారణ లక్ష్యాలు
- సంస్థ యొక్క నిర్దిష్ట లక్ష్యాలు

- సంస్థ యొక్క వ్యూహాలు మరియు విధానాలు
- లక్ష్యాలను సాధించడానికి అవసరమైన వనరులు

వ్యూహాత్మక ప్రణాళికను రూపొందించడం ఒక సవాలుగా ఉంటుంది, కానీ ఇది సంస్థలకు వారి లక్ష్యాలను సాధించడంలో సహాయపడుతుంది.

లక్ష్యాలు మరియు విశ్లేషణ ఆధారంగా వ్యూహాత్మక ప్రణాళికలను రూపొందించడానికి కొన్ని చిట్కాలు:

- లక్ష్యాలను స్పష్టంగా మరియు సంక్షిప్తంగా నిర్వచించండి.
- లక్ష్యాలు SMART లక్ష్యాల ప్రమాణాలను తీర్చాలి.
- పర్యావరణాన్ని విశ్లేషించడానికి వివిధ పద్ధతులను ఉపయోగించండి.
- వ్యూహాత్మక ప్రణాళికను అన్ని స్థాయిల ఉద్యోగులతో పంచుకోండి.

లక్ష్యాలు మరియు విశ్లేషణ ఆధారంగా వ్యూహాత్మక ప్రణాళికలను రూపొందించడం అనేది ఒక ముఖ్యమైన ప్రక్రియ. ఇది సంస్థలకు వారి లక్ష్యాలను సాధించడానికి మరియు దీర్ఘకాలిక విజయాన్ని సాధించడానికి సహాయపడుతుంది.

అమలు కోసం ముఖ్యమైన చొరవలను గుర్తించడం మరియు ప్రాధాన్యత ఇవ్వడం

అమలు కోసం ముఖ్యమైన చొరవలను గుర్తించడం మరియు ప్రాధాన్యత ఇవ్వడం అనేది ఒక ముఖ్యమైన ప్రక్రియ. ఇది సంస్థలకు వారి లక్ష్యాలను సాధించడానికి మరియు వారి వనరులను సమర్ధవంతంగా ఉపయోగించడానికి సహాయపడుతుంది.

అమలు కోసం ముఖ్యమైన చొరవలను గుర్తించడానికి, సంస్థలు క్రింది అంశాలను పరిగణించాలి:

- లక్ష్యాలు: చొరవలు సంస్థ యొక్క లక్ష్యాలను సాధించడంలో ఎలా సహాయపడతాయి?
- పరిస్థితులు: చొరవలు పర్యావరణ పరిస్థితులకు అనుగుణంగా ఉన్నాయా?
- వనరులు: చొరవలను అమలు చేయడానికి అవసరమైన వనరులు అందుబాటులో ఉన్నాయా?

చొరవలను గుర్తించిన తర్వాత, సంస్థలు వాటిని ప్రాధాన్యత ఇవ్వాలి. దీనిని చేయడానికి, సంస్థలు క్రింది అంశాలను పరిగణించాలి:

- ప్రభావం: చొరవలు ఎంత ప్రభావవంతంగా ఉంటాయి?
- అవకాశం: చొరవలు ఎంత అవకాశం కలిగి ఉన్నాయి?
- అవసరత: చొరవలు ఎంత అవసరమైనవి?

అమలు కోసం ముఖ్యమైన చొరవలను గుర్తించడం మరియు ప్రాధాన్యత ఇవ్వడానికి కొన్ని చిట్కాలు:

- ఒక సమగ్రమైన విశ్లేషణను నిర్వహించండి. లక్ష్యాలు, పరిస్థితులు మరియు వనరులను పరిగణనలోకి తీసుకోండి.
- విస్తృత శ్రేణి వ్యక్తుల నుండి అభిప్రాయాలను సేకరించండి.
- చొరవలను క్రమం తప్పకుండా సమీక్షించండి మరియు అవసరమైన విధంగా సర్దుబాటు చేయండి.

అమలు కోసం ముఖ్యమైన చొరవలను గుర్తించడం మరియు ప్రాధాన్యత ఇవ్వడం అనేది ఒక సవాలుగా ఉంటుంది, కానీ ఇది సంస్థలకు వారి లక్ష్యాలను సాధించడంలో సహాయపడుతుంది.

స్పష్టమైన బాధ్యతలు మరియు సమయపట్టికలతో చర్య ప్రణాళికలను రూపొందించడం

చర్య ప్రణాళిక అనేది ఒక నిర్దిష్ట లక్ష్యాన్ని సాధించడానికి అవసరమైన చర్యలను వివరించే ఒక పత్రం. ఇది స్పష్టమైన బాధ్యతలు మరియు సమయపట్టికలతో రూపొందించబడితే, అది చర్యలను సమర్ధవంతంగా నిర్వహించడానికి మరియు లక్ష్యాలను సాధించడానికి సహాయపడుతుంది.

స్పష్టమైన బాధ్యతలు మరియు సమయపట్టికలతో చర్య ప్రణాళికలను రూపొందించడానికి, సంస్థలు క్రింది అంశాలను పరిగణించాలి:

- లక్ష్యం: చర్య ప్రణాళిక ఏ లక్ష్యాన్ని సాధించడానికి ఉద్దేశించబడిందో స్పష్టంగా నిర్వచించండి.
- చర్యలు: లక్ష్యాన్ని సాధించడానికి అవసరమైన చర్యలను జాబితా చేయండి.
- బాధ్యతలు: ప్రతి చర్యకు బాధ్యత వహించే వ్యక్తి లేదా బృందాన్ని నిర్ణయించండి.
- సమయపట్టికలు: ప్రతి చర్యను పూర్తి చేయడానికి అవసరమైన సమయాన్ని అంచనా వేయండి.

చర్య ప్రణాళికలను రూపొందించేటప్పుడు, సంస్థలు క్రింది చిట్కాలను అనుసరించవచ్చు:

- విస్తృత శ్రేణి వ్యక్తుల నుండి అభిప్రాయాలను సేకరించండి. ఇది చర్య ప్రణాళికను మరింత సమగ్రంగా మరియు అమలు చేయడానికి సులభంగా చేస్తుంది.

- చర్య ప్రణాళికను క్రమం తప్పకుండా సమీక్షించండి మరియు అవసరమైన విధంగా సర్దుబాటు చేయండి. పరిస్థితులు మారినప్పుడు, చర్య ప్రణాళికను అదేవిధంగా ఉంచడం ముఖ్యం.

స్పష్టమైన బాధ్యతలు మరియు సమయపట్టికలతో చర్య ప్రణాళికలను రూపొందించడం అనేది ఒక ముఖ్యమైన ప్రక్రియ. ఇది సంస్థలకు వారి లక్ష్యాలను సాధించడానికి మరియు వారి వనరులను సమర్థవంతంగా ఉపయోగించడానికి సహాయపడుతుంది.

స్పష్టమైన బాధ్యతలు మరియు సమయపట్టికలతో చర్య ప్రణాళికలను రూపొందించడం యొక్క ప్రయోజనాలు:

- చర్యలను సమర్థవంతంగా నిర్వహించడానికి సహాయపడుతుంది.
- లక్ష్యాలను సాధించడానికి అవసరమైన వనరులను సమర్థవంతంగా ఉపయోగించడానికి సహాయపడుతుంది.
- బాధ్యతలను అర్థం చేసుకోవడానికి మరియు పంచుకోవడానికి సహాయపడుతుంది.
- చర్యల పురోగతిని ట్రాక్ చేయడానికి మరియు అవసరమైన విధంగా సర్దుబాటు చేయడానికి సహాయపడుతుంది.

వ్యూహాత్మక కార్యక్రమాలతో సంబంధిత ప్రమాదాలను మరియు అనిశ్చితతలను నిర్వహించడం

వ్యూహాత్మక కార్యక్రమాలు అనేవి సంస్థల యొక్క పరస్పర సంబంధిత పనుల సమితి, ఇవి సంస్థ యొక్క లక్ష్యాలను సాధించడానికి రూపొందించబడ్డాయి. ఈ కార్యక్రమాలు తరచుగా సంక్లిష్టంగా మరియు అనిశ్చితంగా ఉంటాయి, ఇవి ప్రమాదాలకు దారితీస్తాయి.

ప్రమాదాలు అనేవి వ్యూహాత్మక కార్యక్రమాల యొక్క విజయాన్ని ప్రభావితం చేసే ఏవైనా ముప్పులు. అనిశ్చితత అనేది ఫలితాలను అంచనా వేయడంలో ఏవైనా అస్పష్టతలు.

వ్యూహాత్మక కార్యక్రమాలతో సంబంధిత ప్రమాదాలను మరియు అనిశ్చితతలను నిర్వహించడం ముఖ్యం, ఎందుకంటే ఇది లక్ష్యాలను సాధించే అవకాశాలను పెంచుతుంది.

వ్యూహాత్మక కార్యక్రమాలతో సంబంధిత ప్రమాదాలను మరియు అనిశ్చితతలను నిర్వహించడానికి కొన్ని మార్గాలు:

- ప్రమాదాలను గుర్తించడం మరియు అంచనా వేయడం: మొదట, మీరు మీ వ్యూహాత్మక కార్యక్రమాలకు సంబంధించిన ప్రమాదాలను గుర్తించాలి. మీరు వాటి ప్రాముఖ్యతను మరియు సంభావ్య ప్రభావాన్ని అంచనా వేయాలి.
- ప్రమాద నివారణ చర్యలు తీసుకోవడం: మీరు ప్రమాదాలను నివారించడానికి చర్యలు తీసుకోవచ్చు. ఉదాహరణకు, మీరు మీ కార్యక్రమాలను

మరింత సమర్ధవంతంగా చేయడానికి లేదా మీకు ముప్పు కలిగించే అంశాలను తొలగించడానికి చర్యలు తీసుకోవచ్చు.

- ప్రమాదాలకు సిద్ధంగా ఉండటం: మీరు ప్రమాదాలు సంభవించినప్పుడు ఏమి చేయాలో ముందుగానే ప్లాన్ చేయడం ముఖ్యం. ఉదాహరణకు, మీరు ఒక అత్యవసర ప్రణాళికను రూపొందించవచ్చు లేదా ప్రత్యామ్నాయ చర్యలను అభివృద్ధి చేయవచ్చు.

- ప్రమాదాలను పరిష్కరించడం: మీరు ప్రమాదాలను నివారించలేకపోతే, వాటిని పరిష్కరించడానికి చర్యలు తీసుకోవాలి. ఉదాహరణకు, మీరు ప్రమాదాల నుండి వచ్చే నష్టాన్ని తగ్గించడానికి చర్యలు తీసుకోవచ్చు.

వ్యూహాత్మక కార్యక్రమాలతో సంబంధిత ప్రమాదాలను మరియు అనిశ్చితతలను నిర్వహించడం అనేది ఒక నిరంతరం కొనసాగుతున్న ప్రక్రియ. మీరు మీ కార్యక్రమాలను పరిశీలించడం మరియు మార్పులు అవసరమైనప్పుడు చర్యలు తీసుకోవడం ముఖ్యం.

Chapter 5: Effective Leadership and Communication for Strategic Implementation

అధ్యాయం 5: వ్యూహాత్మక అమలు కోసం ప్రభావవంతమైన నాయకత్వం మరియు కమ్యూనికేషన్

దృష్టి, నిజాయితీ మరియు జవాబుదారీతనంతో నాయకత్వం వహించడం

నాయకత్వం అనేది ఒక సంక్లిష్టమైన ప్రక్రియ. ఇది వ్యక్తులను మరియు సంస్థలను లక్ష్యాలను సాధించడానికి మార్గనిర్దేశం చేయడం. మంచి నాయకులు దృష్టి, నిజాయితీ మరియు జవాబుదారీతనంతో నాయకత్వం వహిస్తారు.

దృష్టితో నాయకత్వం వహించడం

దృష్టితో నాయకత్వం వహించే నాయకులు తమ లక్ష్యాలను స్పష్టంగా అర్థం చేసుకుంటారు మరియు వాటిని సాధించడానికి ఒక స్పష్టమైన ప్రణాళికను కలిగి ఉంటారు. వారు తమ వ్యూహాలను మరియు నిర్ణయాలను తమ లక్ష్యాలతో స్థిరంగా ఉంచుతారు.

దృష్టితో నాయకత్వం వహించడానికి కొన్ని మార్గాలు:

- మీ లక్ష్యాలను స్పష్టంగా నిర్వచించండి.
- మీ లక్ష్యాలను సాధించడానికి అవసరమైన స్థాయి దృష్టిని కేంద్రీకరించండి.

- మీ వ్యూహాలను మరియు నిర్ణయాలను మీ లక్ష్యాలతో స్థిరంగా ఉంచండి.

నిజాయితీతో నాయకత్వం వహించడం

నిజాయితీతో నాయకత్వం వహించే నాయకులు తమ మాటలకు మరియు చర్యలకు కట్టుబడి ఉంటారు. వారు తమ సిబ్బంది మరియు సహచరులతో నిజాయితీగా ఉంటారు.

నిజాయితీతో నాయకత్వం వహించడానికి కొన్ని మార్గాలు:

- మీ మాటలకు మరియు చర్యలకు కట్టుబడి ఉండండి.
- మీ సిబ్బంది మరియు సహచరులతో నిజాయితీగా ఉండండి.
- మీ లోపాలను అంగీకరించడానికి మరియు వాటి నుండి నేర్చుకోవడానికి సిద్ధంగా ఉండండి.

జవాబుదారీతనంతో నాయకత్వం వహించడం

జవాబుదారీతనంతో నాయకత్వం వహించే నాయకులు తమ చర్యలకు బాధ్యత వహిస్తారు. వారు తమ సిబ్బంది మరియు సహచరులకు మరియు వారి సంస్థలకు సహాయం చేయడానికి కృషి చేస్తారు.

జవాబుదారీతనంతో నాయకత్వం వహించడానికి కొన్ని మార్గాలు:

- మీ చర్యలకు బాధ్యత వహించండి.
- మీ సిబ్బంది మరియు సహచరులకు సహాయం చేయడానికి కృషి చేయండి.

- మీ సంస్థలకు మంచిని చేయడానికి కృషి చేయండి.

దృష్టి, నిజాయితీ మరియు జవాబుదారీతనంతో నాయకత్వం వహించడం అనేవి మంచి నాయకులకు అవసరమైన కీలక లక్షణాలు. ఈ లక్షణాలను కలిగి ఉన్న నాయకులు తమ సంస్థలను విజయానికి నడిపించగలరు.

ఉద్యోగులను బలోపేతం చేయడం మరియు సహకార పని వాతావరణాన్ని నిర్మించడం

ఉద్యోగులను బలోపేతం చేయడం మరియు సహకార పని వాతావరణాన్ని నిర్మించడం అనేవి ఏదైనా సంస్థ యొక్క విజయానికి ముఖ్యమైన అంశాలు. బలోపేతం చేయబడిన ఉద్యోగులు మరింత ఉత్పాదకంగా ఉంటారు మరియు సహకార పని వాతావరణంలో, ఉద్యోగులు కలిసి పని చేయడానికి మరియు లక్ష్యాలను సాధించడానికి మరింత సాధ్యమవుతుంది.

ఉద్యోగులను బలోపేతం చేయడానికి కొన్ని మార్గాలు:

- వారికి స్పష్టమైన లక్ష్యాలు మరియు అవగాహన ఇవ్వండి. ఉద్యోగులు తమ పని ఎందుకు ముఖ్యం మరియు వారి పని ఎలా సంస్థకు సహాయపడుతుందో అర్థం చేసుకోవడం ముఖ్యం.

- వారికి అవసరమైన సాధనాలు మరియు శిక్షణను అందించండి. ఉద్యోగులు తమ పనిని సమర్థవంతంగా చేయడానికి అవసరమైన వనరులను కలిగి ఉండటం ముఖ్యం.

- వారికి ప్రశంస మరియు గుర్తింపును ఇవ్వండి. ఉద్యోగులు తమ పనిని విలువైనదిగా భావిస్తే, వారు మరింత ప్రేరేపించబడతారు.

- వారికి అవకాశాలను అందించండి. ఉద్యోగులు పెరుగుతూ మరియు అభివృద్ధి చెందడానికి అవకాశాలను కలిగి ఉండటం ముఖ్యం.

సహకార పని వాతావరణాన్ని నిర్మించడానికి కొన్ని మార్గాలు:

- సానుకూల మరియు మద్దతు ఇచ్చే సంస్కృతిని ప్రోత్సహించండి. ఉద్యోగులు ఒకరినొకరు గౌరవించడానికి మరియు సహాయం చేయడానికి సిద్ధంగా ఉండే సంస్కృతిలో, వారు కలిసి పని చేయడానికి మరింత సాధ్యమవుతుంది.

- సమస్యలను పరిష్కరించడానికి ఉద్యోగులను ప్రోత్సహించండి. ఉద్యోగులకు సమస్యలను పరిష్కరించడానికి మరియు సృజనాత్మక పరిష్కారాలను కనుగొనడానికి అవకాశం ఇవ్వడం ద్వారా, వారు కలిసి పని చేయడానికి మరింత సాధ్యమవుతుంది.

- సమర్థవంతమైన కమ్యూనికేషన్ను ప్రోత్సహించండి. ఉద్యోగులు ఒకరినొకరు స్పష్టంగా మరియు సమర్థవంతంగా కమ్యూనికేట్ చేయగల సంస్కృతిలో, వారు కలిసి పని చేయడానికి మరింత సాధ్యమవుతుంది.

ఉద్యోగులను బలోపేతం చేయడం మరియు సహకార పని వాతావరణాన్ని నిర్మించడం అనేవి ఒక నిరంతరం కొనసాగుతున్న ప్రక్రియ. సంస్థలు వారి ఉద్యోగులకు మద్దతు ఇవ్వడానికి మరియు వారి మధ్య సహకారాన్ని ప్రోత్సహించడానికి కృషి చేయాలి.

వాటాదారులకు వ్యూహాత్మక ప్రణాళికలను ప్రభావవంతంగా కమ్యూనికేట్ చేయడం

వాటాదారులకు వ్యూహాత్మక ప్రణాళికలను ప్రభావవంతంగా కమ్యూనికేట్ చేయడం అనేది ఏదైనా సంస్థ యొక్క విజయానికి ముఖ్యమైన అంశం. వాటాదారులు సంస్థ యొక్క లక్ష్యాలను అర్థం చేసుకోవాలి మరియు వారి ప్రతిస్పందనలను అందించగలగాలి.

వాటాదారులకు వ్యూహాత్మక ప్రణాళికలను ప్రభావవంతంగా కమ్యూనికేట్ చేయడానికి కొన్ని మార్గాలు:

- వాటాదారుల అవసరాలను అర్థం చేసుకోండి. వాటాదారులు ఎవరు? వారి అవసరాలు మరియు ఆందోళనలు ఏమిటి? వారిని మరింత బాగా అర్థం చేసుకోవడానికి మీరు పరిశోధన చేయవచ్చు లేదా వారితో సంభాషించవచ్చు.

- సరళమైన మరియు సమగ్రమైన భాషను ఉపయోగించండి. వాటాదారులు అందరూ మీ వ్యూహాత్మక ప్రణాళికలలోని నిపుణులు కాదు. సాధారణ భాషను ఉపయోగించడం ద్వారా, మీరు మీ ప్రణాళికలను అందరికీ అర్థం చేసుకోగలిగేలా చేస్తారు.

- నిర్దిష్టమైన ఉదాహరణలు మరియు కథనాలను ఉపయోగించండి. సంఖ్యలు మరియు నిజమైన ప్రపంచ ఉదాహరణలను ఉపయోగించడం ద్వారా, మీ ప్రణాళికలను మరింత ఆకర్షణీయంగా మరియు అర్థం చేసుకోగలిగేలా చేస్తారు.

- ప్రశ్నలు అడగడానికి మరియు అభిప్రాయాన్ని అందించడానికి వాటాదారులకు అవకాశం ఇవ్వండి. వాటాదారులు మీ ప్రణాళికల గురించి ప్రశ్నలు అడగడానికి మరియు వారి ఆందోళనలను పంచుకోవడానికి అవకాశం ఇవ్వడం ద్వారా, మీరు వారి మద్దతును పొందడానికి మరియు మీ ప్రణాళికలను మెరుగుపరచడానికి అవకాశం పొందుతారు.

వాటాదారులకు వ్యూహాత్మక ప్రణాళికలను ప్రభావవంతంగా కమ్యూనికేట్ చేయడం ఒక కృత్రిమ ప్రక్రియ. మీ ప్రణాళికలను మీ ప్రేక్షకులకు అర్థమయ్యేలా చేయడానికి మీరు మీ సమయం మరియు ప్రయత్నాన్ని పెట్టాలి.

కమ్యూనికేషన్ ద్వారా ప్రజా విశ్వాసం మరియు పారదర్శకతను నిర్మించడం

ప్రజా విశ్వాసం మరియు పారదర్శకత అనేవి ఏదైనా సంస్థ లేదా ప్రభుత్వం యొక్క విజయానికి ముఖ్యమైన అంశాలు. ప్రజలు సంస్థను విశ్వసిస్తే, వారు దాని ఉత్పత్తులను లేదా సేవలను కొనుగోలు చేయడానికి మరియు దానితో వ్యాపారం చేయడానికి మరింత ఎక్కువ అవకాశం ఉంది. ప్రజలు ప్రభుత్వాన్ని విశ్వసిస్తే, వారు దాని నిర్ణయాలను అంగీకరించడానికి మరియు దానినుండి సహాయం పొందడానికి మరింత ఎక్కువ అవకాశం ఉంది.

కమ్యూనికేషన్ అనేది ప్రజా విశ్వాసం మరియు పారదర్శకతను నిర్మించడంలో ఒక ముఖ్యమైన పాత్ర పోషిస్తుంది. సంస్థలు మరియు ప్రభుత్వాలు తమ విధానాలు, నిర్ణయాలు మరియు చర్యలను ప్రజలతో స్పష్టంగా మరియు సమగ్రంగా కమ్యూనికేట్ చేయడం ద్వారా, వారు ప్రజలకు వారిపై విశ్వాసాన్ని పెంచుకోవచ్చు.

కమ్యూనికేషన్ ద్వారా ప్రజా విశ్వాసం మరియు పారదర్శకతను నిర్మించడానికి కొన్ని మార్గాలు:

- సమయానికి మరియు నిరంతరం కమ్యూనికేట్ చేయండి. ప్రజలు తమకు ముఖ్యమైన విషయాల గురించి నిరంతరం అప్‌డేట్‌లు పొందాలని కోరుకుంటారు.

- సరళమైన మరియు సమగ్రమైన భాషను ఉపయోగించండి. ప్రజలు అందరూ మీ నిపుణులు

కాదు. సాధారణ భాషను ఉపయోగించడం ద్వారా, మీరు మీ సందేశాన్ని అందరికీ అర్థం చేసుకోగలలా చేస్తారు.

- నిజాయితీగా మరియు స్పష్టంగా ఉండండి. మీరు చేసే వాటిలో నిజాయితీగా మరియు స్పష్టంగా ఉంటే, ప్రజలు మిమ్మల్ని విశ్వసించడానికి మరింత ఎక్కువ అవకాశం ఉంది.

- ప్రశ్నలు అడగడానికి మరియు అభిప్రాయాన్ని అందించడానికి ప్రజలకు అవకాశం ఇవ్వండి. ప్రజలు మీ నిర్ణయాలలో పాల్గొనగలిగితే, వారు మిమ్మల్ని మరింత విశ్వసిస్తారు.

కమ్యూనికేషన్ ద్వారా ప్రజా విశ్వాసం మరియు పారదర్శకతను నిర్మించడం ఒక నిరంతరం కొనసాగుతున్న ప్రక్రియ. మీరు మీ ప్రేక్షకులతో సంభాషించడానికి మీ సమయం మరియు ప్రయత్నాన్ని పెట్టాలి.

ప్రజా విశ్వాసం మరియు పారదర్శకతను నిర్మించడంలో కమ్యూనికేషన్ యొక్క ప్రాముఖ్యతను గుర్తించినప్పుడు, సంస్థలు మరియు ప్రభుత్వాలు తమ ప్రజలతో మరింత బలమైన సంబంధాలను నిర్మించగలవు.

Chapter 6: Monitoring, Evaluation, and Continuous Improvement
అధ్యాయం 6: పర్యవేక్షణ, మూల్యాంకనం మరియు నిరంతర పరిపూర్ణత

పురోగతిని ట్రాక్ చేయడానికి ముఖ్యమైన పనితీరు సూచనలను (KPIs) ఏర్పాటు చేయడం

పురోగతిని ట్రాక్ చేయడం అనేది ఏదైనా లక్ష్యాన్ని సాధించడానికి ముఖ్యమైనది. ముఖ్యమైన పనితీరు సూచనలు (KPIs) అనేవి మీ లక్ష్యాలను సాధించడానికి మీరు కొలిచిన కొలతలు. KPIలను సమర్థవంతంగా ఏర్పాటు చేయడం వల్ల మీరు మీ లక్ష్యాలను ఎంతవరకు సాధించారో తెలుసుకోవడానికి మరియు అవసరమైనట్లయితే మార్పులు చేయడానికి మీకు సహాయపడుతుంది.

KPIలను ఏర్పాటు చేయడానికి కొన్ని దశలు:

1. మీ లక్ష్యాలను నిర్వచించండి. మీరు ఏమి సాధించాలనుకుంటున్నారో మీకు తెలియకపోతే, మీరు మీ KPIలను ఎలా ఏర్పాటు చేయాలో మీకు తెలియదు.
2. మీ లక్ష్యాలను కొలవడానికి ఏ కొలతలు ఉపయోగించవచ్చో ఆలోచించండి. మీ లక్ష్యాలను సాధించడానికి మీరు ఏ పనులను చేస్తారో ఆలోచించండి మరియు ఆ పనులను కొలవడానికి మీరు ఉపయోగించగల కొలతలను గుర్తించండి.

3. మీ KPIలను నిర్దిష్టంగా, కొలవదగినవి, సాధించగలిగేవి, సంబంధితమైనవి మరియు సమయానికి సంబంధించినవి (SMART)గా ఉంచండి.

4. మీ KPIలను ఎలా లెక్కిస్తారో నిర్ణయించుకోండి. మీరు మీ KPIలను లెక్కించడానికి ఉపయోగించే సూత్రాన్ని రూపొందించండి.

5. మీ KPIలను ఎప్పటికప్పుడు ట్రాక్ చేయండి. మీ KPIల పురోగతిని ట్రాక్ చేయడానికి మీరు ఒక వ్యవస్థను అభివృద్ధి చేయాలి.

KPIలను సమర్థవంతంగా ఉపయోగించడానికి కొన్ని చిట్కాలు:

- మీ KPIలను కేవలం కొలవడానికి మాత్రమే ఉపయోగించవద్దు. వాటిని మీ లక్ష్యాలను సాధించడానికి మీరు ఎలా చేయవచ్చో తెలుసుకోవడానికి కూడా ఉపయోగించండి.

- మీ KPIలను ఎప్పటికప్పుడు సమీక్షించండి. మీ లక్ష్యాలు లేదా పరిస్థితులు మారితే, మీ KPIలను కూడా సర్దుబాటు చేయాలి.

- మీ KPIలను మీ సిబ్బందితో పంచుకోండి. మీ సిబ్బంది మీ లక్ష్యాలను అర్థం చేసుకోవడానికి మరియు వారి పని పురోగతిని ట్రాక్ చేయడానికి మీ KPIలను ఉపయోగించడానికి అనుమతించండి.

KPIలను సమర్థవంతంగా ఏర్పాటు చేయడం ద్వారా, మీరు మీ లక్ష్యాలను సాధించడానికి మరింత మార్గం మరియు మరింత పనితీరును పొందవచ్చు.

వ్యూహాల ప్రభావాలను నిరంతరం పర్యవేక్షించడం మరియు మూల్యాంకనం చేయడం

వ్యూహాలు అనేవి సంస్థల లక్ష్యాలను సాధించడానికి రూపొందించబడిన ప్రణాళికలు. వ్యూహాలు సమర్ధవంతంగా పనిచేస్తున్నాయని నిర్ధారించడానికి, వాటి ప్రభావాలను నిరంతరం పర్యవేక్షించడం మరియు మూల్యాంకనం చేయడం ముఖ్యం.

వ్యూహాల ప్రభావాలను పర్యవేక్షించడానికి మరియు మూల్యాంకనం చేయడానికి కొన్ని మార్గాలు:

- KPIలను ఉపయోగించండి. KPIలు అనేవి మీ వ్యూహాల ప్రభావాలను కొలవడానికి ఉపయోగించే కొలతలు. KPIలను నిర్దిష్టంగా, కొలవదగినవి, సాధించగలిగేవి, సంబంధిత మైనవి మరియు సమయానికి సంబంధించినవి (SMART)గా ఉంచండి.

- డేటాను సేకరించండి మరియు విశ్లేషించండి. మీ వ్యూహాల ప్రభావాలను కొలవడానికి మీరు డేటాను సేకరించాలి. ఈ డేటాను విశ్లేషించడం ద్వారా, మీరు మీ వ్యూహాలు సమర్ధవంతంగా పనిచేస్తున్నాయో లేదో తెలుసుకోవచ్చు.

- ప్రతిబింబించండి మరియు సర్దుబాటు చేయండి. మీ వ్యూహాల ప్రభావాలను పర్యవేక్షించడం మరియు మూల్యాంకనం చేయడం ద్వారా, మీరు మీ వ్యూహాలను మరింత సమర్ధవంతంగా చేయడానికి ఏవైనా మార్పులు చేయవలసిన అవసరాన్ని గుర్తించవచ్చు.

వ్యూహాల ప్రభావాలను నిరంతరం పర్యవేక్షించడం మరియు మూల్యాంకనం చేయడం యొక్క ప్రయోజనాలు:

- మీ వ్యూహాలు సమర్ధవంతంగా పనిచేస్తున్నాయో లేదో తెలుసుకోవడంలో మీకు సహాయపడుతుంది.
- మీరు మీ వ్యూహాలను మరింత సమర్ధవంతంగా చేయడానికి ఏవైనా మార్పులు చేయవలసిన అవసరాన్ని గుర్తించడంలో మీకు సహాయపడుతుంది.
- మీ వ్యూహాల ఫలితాలను మీ సిబ్బంది మరియు ఇతర హోల్డర్లతో పంచుకోవడంలో మీకు సహాయపడుతుంది.

వ్యూహాల ప్రభావాలను నిరంతరం పర్యవేక్షించడం మరియు మూల్యాంకనం చేయడం అనేది ఒక నిరంతరం కొనసాగుతున్న ప్రక్రియ. మీరు మీ వ్యూహాలను అమలు చేస్తున్నప్పుడు మరియు వాటిని సమర్ధవంతంగా చేయడానికి ఏవైనా మార్పులు చేయడానికి అవసరమైనప్పుడు మీరు ఈ ప్రక్రియను చేయాలి.

అభిప్రాయం మరియు డేటా ఆధారంగా వ్యూహాలను అనుసరించడం మరియు సర్దుబాటు చేయడం

వ్యూహాలు అనేవి సంస్థల లక్ష్యాలను సాధించడానికి రూపొందించబడిన ప్రణాళికలు. వ్యూహాలు సమర్ధవంతంగా పనిచేయడానికి, వాటిని అనుసరించడం మరియు అవసరమైనప్పుడు సర్దుబాటు చేయడం ముఖ్యం.

అభిప్రాయం మరియు డేటా ఆధారంగా వ్యూహాలను అనుసరించడం మరియు సర్దుబాటు చేయడం అనేది ఒక పరిణామవాద ప్రక్రియ. ఇది క్రింది దశలను కలిగి ఉంటుంది:

1. లక్ష్యాలను మరియు ప్రాధాన్యతలను నిర్వచించండి. మీ వ్యూహాలు ఏమి సాధించాలనుకుంటున్నాయో మరియు మీరు ఏ అంశాలపై దృష్టి పెట్టాలనుకుంటున్నారో మీరు స్పష్టంగా అర్ధం చేసుకోవాలి.

2. అభిప్రాయాన్ని సేకరించండి. మీ వ్యూహాలను సమర్ధవంతంగా అమలు చేయడానికి, మీరు మీ సిబ్బంది, వినియోగదారులు మరియు ఇతర హోల్డర్ల నుండి అభిప్రాయాన్ని సేకరించాలి.

3. డేటాను సేకరించండి మరియు విశ్లేషించండి. మీ వ్యూహాల పురోగతిని కొలవడానికి మరియు వాటి ప్రభావాలను అంచనా వేయడానికి, మీరు డేటాను సేకరించాలి మరియు విశ్లేషించాలి.

4. అభిప్రాయం మరియు డేటా ఆధారంగా మార్పులు చేయండి. మీ అభిప్రాయం మరియు డేటా నుండి నేర్చుకుని, మీ వ్యూహాలను మార్చడానికి మీరు సిద్ధంగా ఉండాలి.

అభిప్రాయం మరియు డేటా ఆధారంగా వ్యూహాలను అనుసరించడం మరియు సర్దుబాటు చేయడానికి కొన్ని చిట్కాలు:

- అభిప్రాయాన్ని సేకరించడానికి వివిధ మార్గాలను ఉపయోగించండి. మీరు సర్వేలు, ఇంటర్వ్యూలు, గ్రూప్ డిస్కషన్లు మరియు ఇతర పద్ధతులను ఉపయోగించవచ్చు.
- డేటాను సేకరించడానికి మరియు విశ్లేషించడానికి నైపుణ్యం కలిగిన వ్యక్తులను నియమించండి.
- మీరు చేసే మార్పులను స్పష్టంగా మరియు స్పష్టంగా కమ్యూనికేట్ చేయండి.

అభిప్రాయం మరియు డేటా ఆధారంగా వ్యూహాలను అనుసరించడం మరియు సర్దుబాటు చేయడం అనేది ఒక సవాళ్ళతో కూడిన ప్రక్రియ అయినప్పటికీ, ఇది మీ వ్యూహాలను మరింత సమర్థవంతంగా చేయడంలో మీకు సహాయపడుతుంది.

నిరంతర నేర్చుకునే సంస్కృతిని నిర్మించడం

నిరంతర నేర్చుకునే సంస్కృతి అనేది ఒక సంస్థలోని ప్రతి ఒక్కరూ తమ జ్ఞానం మరియు నైపుణ్యాలను మెరుగుపరచడానికి ప్రోత్సహించబడే ఒక వాతావరణం. నిరంతర నేర్చుకునే సంస్కృతిని నిర్మించడం అనేది ఏదైనా సంస్థ యొక్క విజయానికి ముఖ్యం.

నిరంతర నేర్చుకునే సంస్కృతిని నిర్మించడానికి కొన్ని మార్గాలు:

- నేర్చుకోవడం యొక్క ప్రాముఖ్యతను ప్రోత్సహించండి. మీరు మీ సిబ్బందిని నేర్చుకోవడం యొక్క ప్రాముఖ్యతను నమ్మకంతో ఉండేలా చేయాలనుకుంటే, మీరు మీ సంస్థలో నేర్చుకోవడం యొక్క ప్రాముఖ్యతను ప్రోత్సహించాలి. మీరు ఇలా చేయగల కొన్ని మార్గాలు:

    - నేర్చుకోవడం యొక్క ప్రాముఖ్యత గురించి మీ సిబ్బందికి ప్రసంగించండి.
    - నేర్చుకోవడానికి మద్దతు ఇచ్చే సంస్కృతిని నిర్మించండి.
    - నేర్చుకోవడానికి అవకాశాలను అందించండి.

- నేర్చుకోవడానికి సౌకర్యవంతమైన వాతావరణాన్ని సృష్టించండి. మీ సిబ్బంది నేర్చుకోవడానికి భయపడకుండా ఉండేలా, మీరు మీ సంస్థలో నేర్చుకోవడానికి సౌకర్యవంతమైన వాతావరణాన్ని సృష్టించాలి. మీరు ఇలా చేయగల కొన్ని మార్గాలు:

- నేర్చుకోవడానికి తప్పులు చేయడం సహజమని మీ సిబ్బందికి తెలియజేయండి.
- నేర్చుకోవడానికి సహాయం కోసం అడిగడానికి మీ సిబ్బందికి ప్రోత్సహించండి.
- నేర్చుకోవడం యొక్క ప్రక్రియను ఆనందించడానికి మీ సిబ్బందికి సహాయం చేయండి.

- నేర్చుకోవడానికి అవకాశాలను అందించండి. మీ సిబ్బంది నేర్చుకోవడానికి మరింత అవకాశాలను కలిగి ఉండేలా, మీరు మీ సంస్థలో నేర్చుకోవడానికి అవకాశాలను అందించాలి. మీరు ఇలా చేయగల కొన్ని మార్గాలు:

  - శిక్షణ కార్యక్రమాలు మరియు సెమినార్లను అందించండి.
  - నేర్చుకోవడానికి సహాయకరమైన వనరులను అందించండి.
  - నేర్చుకోవడానికి సమయాన్ని మరియు డబ్బును కేటాయించండి.

నిరంతర నేర్చుకునే సంస్కృతిని నిర్మించడం అనేది ఒక సమయం తీసుకునే ప్రక్రియ, అయితే ఇది మీ సంస్థ యొక్క విజయానికి ముఖ్యమైనది.

Chapter 7: The Future of Government: Emerging Trends and Challenges

అధ్యాయం 7: ప్రభుత్వ భవిష్యత్తు: ఉద్భవిస్తున్న ధోరణలు మరియు సవాళ్లు

ప్రజా పరిపాలనలో ఉద్భవిస్తున్న ధోరణలు మరియు వాటి వ్యూహాత్మక నిర్వహణ ప్రభావాలు

ప్రపంచం నిరంతరం మారుతూ ఉంటుంది మరియు ప్రజా పరిపాలన కూడా దీనికి భయపడదు. నూతన సాంకేతికతలు, సామాజిక మార్పులు మరియు ఆర్థిక ఒత్తిళ్ళు ప్రజా పరిపాలనపై గణనీయమైన ప్రభావాన్ని చూపుతున్నాయి. ఈ ధోరణులు ప్రజా పరిపాలన వ్యూహాత్మక నిర్వహణను కూడా ప్రభావితం చేస్తున్నాయి.

ప్రజా పరిపాలనలో ఉద్భవిస్తున్న కొన్ని ముఖ్యమైన ధోరణులు:

- సమాచార మరియు సమాచార సాంకేతికతల (ICTs) యొక్క ఉపయోగం పెరుగుతోంది. ICTలు ప్రజా పరిపాలనను మరింత సమర్థవంతంగా మరియు ప్రజాస్వామ్యంగా చేయడానికి సహాయపడతాయి. ఉదాహరణకు, ICTలను ఉపయోగించి, ప్రభుత్వాలు సమాచారాన్ని మరింత సులభంగా మరియు సమయానికి అందుబాటులో ఉంచగలవు, ప్రజలతో మరింత సమర్థవంతంగా కమ్యూనికేట్ చేయగలవు మరియు ప్రజా సేవలను మరింత సమర్థవంతంగా అందించగలవు.

- సామాజిక మరియు ఆర్థిక వైవిధ్యం పెరుగుతోంది. ప్రజా పరిపాలన ఈ వైవిధ్యాన్ని ప్రతిబింబించే విధంగా అభివృద్ధి చెందాలి. ఉదాహరణకు, ప్రభుత్వాలు వివిధ వర్గాల ప్రజల అవసరాలను తీర్చడానికి తమ సేవలను మరింత సమగ్రంగా చేయాలి.

- ప్రజలు ప్రభుత్వం నుండి మరింత పారదర్శకత మరియు ప్రతిస్పందనను కోరుకుంటున్నారు. ప్రభుత్వాలు ప్రజల అంచనాలను తీర్చడానికి మరింత పారదర్శకంగా మరియు ప్రతిస్పందనాత్మకంగా ఉండాలి. ఉదాహరణకు, ప్రభుత్వాలు వారి నిర్ణయాలు మరియు చర్యల గురించి ప్రజలకు మరింత సమాచారాన్ని అందించాలి మరియు ప్రజల అభిప్రాయాలను తీసుకోవాలి.

ప్రజా పరిపాలన వ్యూహాత్మక నిర్వహణపై ఈ ధోరణుల ప్రభావాలు:

- ICTల యొక్క ఉపయోగం వ్యూహాత్మక నిర్వహణ ప్రక్రియను మరింత సమర్థవంతంగా మరియు సమగ్రంగా చేయడానికి సహాయపడుతుంది. ఉదాహరణకు, ICTలను ఉపయోగించి, ప్రభుత్వాలు వారి లక్ష్యాలను మరింత స్పష్టంగా నిర్వచించుకోగలవు, వారి సామర్ధ్యాలను మరింత సమర్థవంతంగా అంచనా వేయగలవు మరియు వారి ప్రగతిని మరింత సమర్థవంతంగా ట్రాక్ చేయగలవు.

- **సామాజిక మరియు ఆర్థిక వైవిధ్యం వ్యూహాత్మక నిర్వహణ ప్రక్రియను మరింత సమానమైన మరియు ప్రాప్యతయోగ్య చేయడానికి సహాయపడుతుంది.

సాంకేతిక పురోగతి, సామాజిక మార్పు మరియు పర్యావరణ సమస్యల ద్వారా ఎదురయ్యే సవాళ్లు

ప్రపంచం నిరంతరం మారుతూ ఉంటుంది. సాంకేతికత, సామాజిక మార్పులు మరియు పర్యావరణ సమస్యలు వంటి శక్తులు మన సమాజంపై గణనీయమైన ప్రభావాన్ని చూపుతున్నాయి. ఈ శక్తులు మనం ఎదుర్కొంటున్న కొన్ని సవాళ్లను కూడా సృష్టిస్తున్నాయి.

సాంకేతిక పురోగతి ద్వారా ఎదురయ్యే సవాళ్లు:

సాంకేతిక పురోగతి అనేది మన జీవితంలోని అనేక అంశాలను మార్చింది. ఇది కొత్త అవకాశాలను సృష్టించింది, కానీ కొత్త సవాళ్లను కూడా సృష్టించింది.

సాంకేతిక పురోగతి ద్వారా ఎదురయ్యే కొన్ని సవాళ్లు:

- ఉద్యోగ భద్రత: సాంకేతికత కొత్త ఉద్యోగాలను సృష్టిస్తోంది, కానీ ఇది ఇప్పటికే ఉన్న ఉద్యోగాలను కూడా భర్తీ చేస్తోంది. ఇది ఉద్యోగ భద్రతకు సవాళ్లు సృష్టిస్తుంది.
- సమాచార రక్షణ: సాంకేతికత ద్వారా మనం మరింత సమాచారాన్ని పంచుకుంటున్నాము. ఇది మన సమాచారాన్ని రక్షించడానికి కొత్త సవాళ్లను సృష్టిస్తుంది.
- సమాజంలో విభజన: సాంకేతికత ద్వారా మనం మరింత వేరు చేయబడుతున్నాము. ఇది సమాజంలో విభజనకు దారితీస్తుంది.

సామాజిక మార్పు ద్వారా ఎదురయ్యే సవాళ్లు:

ప్రపంచం మారుతున్న కొద్దీ, సమాజం కూడా మారుతుంది. ఈ మార్పులు కొత్త అవకాశాలను సృష్టించాయి, కానీ కొత్త సవాళ్లను కూడా సృష్టించాయి.

సామాజిక మార్పు ద్వారా ఎదురయ్యే కొన్ని సవాళ్లు:

- అసమానత: ప్రపంచంలోని ఆదాయ అసమానత పెరుగుతోంది. ఇది సమాజంలో అసమతుల్యతకు దారితీస్తుంది.
- జాతి మరియు మత ఘర్షణ: జాతి మరియు మతాల మధ్య ఘర్షణలు పెరుగుతున్నాయి. ఇది అశాంతి మరియు అస్థిరతకు దారితీస్తుంది.
- పర్యావరణ సమస్యలు: జనాభా పెరుగుదల మరియు పర్యావరణ నాశనం వంటి పర్యావరణ సమస్యలు మరింత తీవ్రంగా మారుతున్నాయి.

పర్యావరణ సమస్యల ద్వారా ఎదురయ్యే సవాళ్లు:

పర్యావరణం మన జీవితంలో ఒక ముఖ్యమైన పాత్ర పోషిస్తుంది. పర్యావరణ సమస్యలు మన ఆరోగ్యం, ఆర్థిక వ్యవస్థ మరియు ప్రపంచ శాంతిపై ప్రభావం చూపుతాయి.

భవిష్యత్తు సవాళ్లు మరియు అవకాశాలను ఎదుర్కోవటానికి వ్యూహాత్మక విధానాలను అనుసరించడం

ప్రపంచం నిరంతరం మారుతూ ఉంటుంది. సాంకేతిక పురోగతి, సామాజిక మార్పు మరియు పర్యావరణ సమస్యలు ఈ మార్పులకు కొన్ని ప్రధాన కారణాలు. ఈ ధోరణులు మానవజాతిపై గణనీయమైన ప్రభావాన్ని చూపుతున్నాయి మరియు అవి అనేక సవాళ్లను కూడా సృష్టించాయి. ఈ సవాళ్లను ఎదుర్కోవడానికి మరియు భవిష్యత్తులో అవకాశాలను సృష్టించడానికి, వ్యూహాత్మక విధానాలను అనుసరించడం ముఖ్యం.

భవిష్యత్తు సవాళ్లు మరియు అవకాశాలను ఎదుర్కోవటానికి వ్యూహాత్మక విధానాలను అనుసరించడంలో ప్రయోజనాలు:

- సవాళ్లను ఎదుర్కోవడానికి మరియు అవకాశాలను సృష్టించడానికి మరింత మెరుగైన అవకాశం ఉంటుంది.
- సమర్థవంతమైన మరియు సమగ్రమైన పరిష్కారాలను అభివృద్ధి చేయడానికి సహాయపడుతుంది.
- సంస్థల యొక్క మన్నికను మరియు సామర్థ్యాన్ని మెరుగుపరుస్తుంది.

భవిష్యత్తు సవాళ్లు మరియు అవకాశాలను ఎదుర్కోవటానికి వ్యూహాత్మక విధానాలను అభివృద్ధి చేయడానికి కొన్ని చిట్కాలు:

- సవాళ్లను మరియు అవకాశాలను గుర్తించండి. ముందుగా, మీరు ఎదుర్కొంటున్న సవాళ్లు

మరియు మీకు అందుబాటులో ఉన్న అవకాశాలను గుర్తించడం ముఖ్యం.

- మీ లక్ష్యాలను నిర్వచించండి. మీరు సాధించాలనుకుంటున్నది ఏమిటి? మీ లక్ష్యాలను నిర్వచించడం వల్ల మీరు మీ వ్యూహాన్ని రూపొందించడానికి ఒక కేంద్ర బిందువును కలిగి ఉంటారు.

- మీ సామర్ధ్యాలను అంచనా వేయండి. మీరు మీ లక్ష్యాలను సాధించడానికి అవసరమైన సామర్ధ్యాలు మరియు వనరులను మీరు కలిగి ఉన్నారా? మీ సామర్ధ్యాలను అంచనా వేయడం వల్ల మీరు మీ వ్యూహాన్ని మరింత సమర్ధవంతంగా చేయడానికి సహాయపడుతుంది.

- మీ వ్యూహాన్ని అమలు చేయండి మరియు మార్చండి. మీరు మీ వ్యూహాన్ని అభివృద్ధి చేసిన తర్వాత, దాన్ని అమలు చేయడం మరియు మీ అవసరాలకు అనుగుణంగా దానిని మార్చడం ముఖ్యం.

భవిష్యత్తు సవాళ్లు మరియు అవకాశాలను ఎదుర్కోవటానికి వ్యూహాత్మక విధానాలను అనుసరించడం అనేది ఒక సవాలుగా ఉన్నప్పటికీ, ఇది మీ సంస్థ యొక్క విజయానికి ముఖ్యం.

ముగింపు: మరింత ప్రభావవంతమైన మరియు స్పందించే ప్రభుత్వం కోసం వ్యూహాత్మక నిర్వహణలో పెట్టుబడులు

ప్రపంచం నిరంతరం మారుతూ ఉంటుంది మరియు ఈ మార్పులకు ప్రభుత్వాలు కూడా అనుగుణంగా ఉండాలి. ప్రభుత్వాలు తమ లక్ష్యాలను సాధించడానికి, సవాళ్లను ఎదుర్కోవడానికి మరియు అవకాశాలను సృష్టించడానికి, వ్యూహాత్మక నిర్వహణలో పెట్టుబడులు పెట్టడం ముఖ్యం.

వ్యూహాత్మక నిర్వహణ అనేది ఒక సంస్థ యొక్క లక్ష్యాలను సాధించడానికి ఒక ప్రణాళికను రూపొందించడం మరియు అమలు చేయడం. ప్రభుత్వాలు వ్యూహాత్మక నిర్వహణలో పెట్టుబడులు పెట్టడం ద్వారా, వారు క్రింది వాటిని సాధించగలరు:

- మరింత స్పష్టమైన మరియు నిర్దిష్టమైన లక్ష్యాలను నిర్వచించండి.
- తమ సామర్థ్యాలను మరియు వనరులను మరింత సమర్థవంతంగా ఉపయోగించండి.
- సవాళ్లను మరియు అవకాశాలను మరింత సమర్థవంతంగా ఎదుర్కోండి.
- ప్రజల అంచనాలను మరింత మెరుగ్గా తీర్చండి.

ప్రభుత్వాలు వ్యూహాత్మక నిర్వహణలో పెట్టుబడులు పెట్టడానికి అనేక మార్గాలు ఉన్నాయి. ఈ పెట్టుబడులులో కొన్ని:

- వ్యూహాత్మక నిర్వహణలో శిక్షణ మరియు అభివృద్ధిని అందించడం.

- వ్యూహాత్మక నిర్వహణ కోసం సాంకేతికత మరియు సాధనాలను అభివృద్ధి చేయడం.

- వ్యూహాత్మక నిర్వహణ కోసం పాలసీలు మరియు నిబంధనలను రూపొందించడం.

ప్రభుత్వాలు వ్యూహాత్మక నిర్వహణలో పెట్టుబడులు పెట్టడం ద్వారా, వారు మరింత ప్రభావవంతమైన మరియు స్పందించే ప్రభుత్వాలను నిర్మించడంలో సహాయపడగలరు. ఇది ప్రజలకు మరింత మెరుగైన సేవలను అందించడానికి మరియు మరింత సమానమైన మరియు న్యాయమైన సమాజాన్ని నిర్మించడానికి దోహదపడుతుంది.

ముగింపుగా, మరింత ప్రభావవంతమైన మరియు స్పందించే ప్రభుత్వం కోసం, వ్యూహాత్మక నిర్వహణలో పెట్టుబడులు పెట్టడం ఒక ముఖ్యమైన మరియు అవసరమైన దశ.

www.ingramcontent.com/pod-product-compliance
Lightning Source LLC
LaVergne TN
LVHW052003060526
838201LV00059B/3811
* 9 7 9 8 8 6 9 1 2 2 4 7 6 *